बुकमार्क

आयुष्यावर सुंदर गोंदण करून गेलेल्या खुणा

प्रज्ञा ओक

मेहता पब्लिशिंग हाऊस

BOOKMARK by PRADNYA OAK

बुकमार्क : प्रज्ञा ओक / व्यक्तिचित्रे

© प्रज्ञा ओक

author@mehtapublishinghouse.com

प्रकाशक : सुनील अनिल मेहता, मेहता पब्लिशिंग हाऊस,
१९४१ सदाशिव पेठ, माडीवाले कॉलनी, पुणे – ३०

आतील चित्रे : प्रभाकर वाईरकर

मुखपृष्ठ : फाल्गुन ग्राफिक्स

प्रथमावृत्ती : फेब्रुवारी, २०२०

P Book ISBN 9789353173814
E Book ISBN 9789353173821

E Books available on : play.google.com/store/books
www.amazon.in

ति. कै. आईस....(वहिनीस)
दुसऱ्या कुणाला...
तुलाच

मनोगत

आयुष्याच्या प्रवासात अनेक 'थांबे' येत असतात. 'आयुष्याचा प्रवास' हा शब्दप्रयोग फक्त महान माणसांसाठीच वापरायला पाहिजे असं नाही, तर 'लहान' माणसांच्या आयुष्याचासुद्धा तो 'प्रवास'च असतो. तसाच तो माझाही आहे. या प्रवासात सुरुवातीला म्हटल्याप्रमाणे अनेक थांबे आले. काही थांब्यांवर मी फक्त घुटमळले, काही थांब्यांवर बराच काळ थांबले. काहींवर मी फक्त नजर टाकली; पण त्या नुसत्या नजर टाकण्यातून मला बरंच मोठं काहीतरी महान पाहायला मिळालं. हे माझ्या आयुष्यातले थांबे म्हणजेच यातल्या व्यक्तिरेखा आहेत. आयुष्याच्या पुस्तकातले बुकमार्क (इथपर्यंत वाचून झालंय, म्हणून ठेवण्याची एक प्रेक्षणीय खूण) आहेत ते...

आयुष्य नित्यनव्यानं आपण वाचतच असतो. त्यातले काही भाग आपल्या स्वत:लाच अचंबित करत राहतात. 'हे असं असं घडलं आपल्या आयुष्यात?' हा प्रश्न मनात सतत रेंगाळत राहतो. ते घडण्यासाठी अमुक अमुक माणसांनी आपल्याला ऊर्जा पुरवली ते आठवलं की, त्या तमुक तमुक माणसांचे सगळे तपशील आठवायला लागतात. हे तपशील आठवता आठवताच मला त्या तपशिलांच्या खोलात शिरावंसं वाटलं. पुन:पुन्हा मागच्या आयुष्यातल्या माणसांच्या, आताच्या आयुष्यातल्या माणसांच्या तपशिलातले काही गहिरे रंग आठवणींमध्ये अधिक गडद झाले आणि केवळ या गडद गहिऱ्या माणसांसाठी लिहावंसं वाटलं...

यातली काही माणसं माझ्या रेडिओच्या नोकरीतली आहेत. काहीतरी गुणवत्तापूर्ण, सृजनात्मक करण्याशी बांधिलकी असणारा तो रेडिओचा काळ होता. अजूनही चौऱ्याहत्तराव्या वर्षीही ५००० फुटांच्या वर उंच असणाऱ्या आफ्रिकेतल्या किलीमांजारो शिखरापर्यंतचा प्रवास करणाऱ्या माझ्या प्रिय मैत्रिणीचा उष:प्रभा पागेसारखा 'चमत्कार' तेव्हा आकाशवाणीत कार्यरत होता. 'साहित्य अकादमी'चं पारितोषिक मिळवणारे अतिशय अबोल पण खोलवर लिहिणारे व्यंकटेश माडगूळकर यांच्यासारखे जबरदस्त लेखक होते. असे अनेक जण होते. सगळीकडे सगळं मेंदूला खाद्य पुरवणारंच होतं. आसपासचं सगळं टिपून घेण्याचं माझंही तरुण वय होतं. माझ्यापाशी पुरेशी संवेदनशीलता होती, लिखाणाचा प्रचंड उत्साह होता, कितीही काम करण्याचा

कंटाळा नव्हता. कुणालाही पटकन मदतीचा हात देण्याचा स्वभाव होता. त्यामुळे ग्लॅमरच्या जगातल्या नेहमी असणाऱ्या राजकारणाकडे लक्ष न देता नेमकं चांगलं ते उचलण्याकडे माझा तेव्हा कल होता. काही ठेच लावणारे खडेही मधूनमधून वाटेत आले खरे; पण त्या ठेच लागण्याची जखम मी फार काळ चिघळू दिली नाही, एवढं खरं! वाचनाचं वेड असणारी माणसं तरुण वयात जास्त भारावून जात असतात. शान्ताबाई शेळके म्हणतात, माझ्या तरुण वयातलं भारावलेपण साहेबांनी (आचार्य अत्रे यांनी) एका झटक्यात खाली आणलं. माझ्या बाबतीत ते भारावलेपण पी. वाय. जोशींनी ठिकाणावर आणलं आणि मला लिहितं केलं.

पुढच्या आयुष्यात आलेली माणसं मला खूपसं काही मौल्यवान देऊन गेली. काही अजून देत आहेत. काही माणसं भेटली थोडीशी, पण संपूर्ण आयुष्यभर माझ्या वस्तीला राहिली. माझं लहानसं घर या माणसांच्या आठवणींनी भरून गेलंय. आपलं वय वाढत जातं, तसतसे आपल्यातले काही जुनेपाने वेडेपणेही आठवतात; पण तो वयाचा आणि अपरिपक्वतेचा दोष असतो. त्यामुळे लिखाणातही पडणारे त्याचे पडसाद वयाप्रमाणे बदलत राहतात. ओघानंच साठीनंतरच्या वयात मी या व्यक्तिरेखांबद्दल लिहितेय, हे जास्त ठाशीव असेल हे खरं. कारण या वयात माझं 'मागे वळून पाहणं'सुद्धा जाणत्या वयातलं आहे. त्यामुळे मागे वळून पाहताना त्या व्यक्तिरेखा मी आरपार पाहू शकते आहे.

सुनीताबाई देशपांडे यांच्या स्वभावातली तर्ककठोरता कदाचित मला तरुण वयात भावली नसती, ती आता या वयात भावली. त्या स्वत: भावनाशील होत्या. परंतु कठोर शिस्तीच्या बाहेरच्या आवरणामुळे ती आतली भावनाशीलता आत्तापर्यंत कधी नजरेस पडली नव्हती. कदाचित ती उघडपणे दाखवणं हा त्यांना स्वत:चा पराभव वाटत असावा. परंतु पु. ल. देशपांडे गेल्यानंतर सुनीताबाईंनी त्यांना लिहिलेलं, एका वर्तमानपत्रात छापून आलेलं पत्र पाहायला मिळालं आणि त्यांच्या भावनाशीलतेचं लखख दर्शन झालं. त्यामुळे त्यांची व्यक्तिरेखा लिहिताना पुरेशी समज घेऊनच मी ते लिहिलं. रक्ताच्या नात्याची काहीवेळची ओझी खांद्यावर वागवताना, मग नात्याव्यतिरिक्तची जवळ आलेली माणसं मनाला सुखावून जातात. पण मित्रमैत्रिणीसुद्धा फारच जवळ आले की, मग तेही एक ओझंच होतं. म्हणूनच यातल्या काही व्यक्तिरेखा माझ्यापासून अंतरावर असल्यानं मी त्यांच्याकडे त्रयस्थपणे पाहू शकले आणि त्या सुहृदांना शब्दांच्या चित्रात बसवू शकले. एक उष:प्रभा पागे किंवा शैला मुकुंद सोडल्यास बाकीच्या व्यक्तिरेखांशी भेटीगाठी कमी झालेल्या आहेत. त्या अंतरामुळेच मला त्यांची चित्रं शब्दांत रेखाटणं जास्त सोपं झालं.

रक्ताच्या नात्यांशी आपण सर्व बाजूंनी जखडलेले असल्यानं काही वेळा त्या माणसांची खरी ओळख मिळूच शकत नाही. त्यांच्यापासून जरा दूर उभं राहिलं, तर कदाचित त्यांनाही मला चितारता येईल; पण त्यात अडचणींचे डोंगर तुमचा मार्ग नेहमी अडवतात. अपेक्षांचा भलामोठा अडसर तर सतत मधोमध येतो आणि मग

सगळंच फिसकटतं. यातल्या सर्वांनी मला अगणित गोष्टी दिल्या. त्यातल्या काहींना नुसतं पाहणं, त्यांच्याभोवती नुसतं वावरणं, हेसुद्धा मला बरंच काही देऊन गेलं आहे. पं. भीमसेन जोशींसारखा जगविख्यात गायक योगायोगानं आमच्या आयुष्यात आला आणि आठवणींच्या रांगोळीचे काही ठिपके आमच्या अंगणात टाकून गेला. अलूरकरांचं या जगातून विचित्रपणे जाणं मनाला चटका लावून गेलं. त्यांच्या स्वभावातले काही अज्ञात कंगोरे मात्र आम्हाला पाहायलाही मिळाले नाहीत; परंतु जेवढा सहवास मिळाला, तेवढं शब्दचित्र तयार झालं.

तसंतर माणसं वाचण्याचा मला नादच आहे. तो नाद मी पुरेपूर जोपासते. त्यामुळे गमतीची गोष्ट अशी की, मला सगळ्यांवरच लिहावंसं वाटतं, पण ते शक्य नसतं.

या पुस्तकाच्या निमित्तानं कुठल्याकुठल्या व्यक्तिरेखा घ्याव्यात हा विचार करतानाच अनेक व्यक्तींची गर्दी डोळ्यांसमोर आली. मनात आठवणींची आवर्तनं सुरू झाली. त्यातल्याच काहींची निवड केली. तशी मी स्वत:ला अनेक बाबतीत नशीबवान समजते. वाचन, कलाकौशल्य, बुद्धिमत्ता असं सगळं भरपूर संचित मला माझ्या माहेरानं दिलं. रेडिओच्या नोकरीमुळे तर व्यक्तिमत्त्व सर्व बाजूंनी तयार झालं. तारुण्यातून प्रौढत्वाकडे होणारा प्रवास हा रेडिओच्या नोकरीत झाल्यामुळे एकंदरीतच तारतम्यानं जगणं म्हणजे काय, हे कळून चुकलं. वेळेचं महत्त्व, संयोजनाचे फायदे, वेळीअवेळीसुद्धा मेंदू आणि मन ताजंतवानं ठेवणं याची आपोआप सवय या नोकरीमुळे लागली.

आत्तापर्यंत रेडिओचे कार्यक्रम आणि रंगमंचीय कार्यक्रम लिहिणारी मी एकदम पुस्तकांच्या दुनियेत गेले, ती केवळ सुनील मेहतांमुळे. साप्ताहिक सकाळमध्ये चालू असलेलं माझं जीवनभाष्य हे सदर वाचून अनुवादासाठी विचारणा करणारं सुनील मेहतांचं पत्र मला एकदम मेहता परिवारात घेऊन गेलं आणि मी लेखिका झाले. अनुवादाकडून स्वतंत्र पुस्तकापर्यंतचा हा प्रवास मेहतांमुळेच!

तर असा हा 'बुकमार्क' पुस्तकाचा प्रवास. पुस्तकाची कल्पना मांडण्यापासून ते संपूर्ण पुस्तक तयार होईपर्यंत दिलीप ओकांचं संपूर्ण सहकार्य फारच मोलाचं ठरलं. यातल्या काही व्यक्तिरेखा तर त्यांच्यामुळे माझ्या सहवासात आलेल्या असल्यानं काही संदर्भ चटकन मिळाले. नेहमीप्रमाणे हस्तलिखित तपासण्यापासून ते नेमक्या ठिकाणी काही संदर्भ सुचवण्यापर्यंत त्यांची मोलाची मदत झाली.

मेहता परिवारातील श्रीमती राजश्री देशमुख यांच्या उल्लेखाशिवाय मनोगत पूर्ण होऊ शकणार नाही. समोरच्याला संपूर्णपणे 'रिलॅक्स' कसं करावं, हे त्यांच्यापासून घ्यावं. विलक्षण समजूतदारपणे संपूर्ण माहिती देणं हा त्यांचा उल्लेखनीय गुण आहे. त्यामुळे कुठलंच दडपण न येता मी या पुस्तकाचं काम करू शकले. त्यांचे मन:पूर्वक आभार.

अनुक्रमणिका

उष:प्रभा पागे । १
डॉ. के. एच. संचेती । ७
भारतरत्न पंडित भीमसेन जोशी । १४
पुरुषोत्तम जोशी । १८
सुरेश अलूरकर । २३
व्यंकटेश माडगूळकर । २८
वीणा गोखले । ३३
सुनीताबाई देशपांडे । ४०
ज्योत्स्ना देवधर । ४६
शैला मुकुंद । ५१
जयश्री फडणवीस । ६०
डॉ. किरण ठाकूर । ६६
सुधाताई चांदोरकर । ७०
प्रशांत कोठडिया । ७६
डॉ. एस. व्ही. गोखले । ८१
विजय कृष्णा । ८६
कविता चनोडिया । ९१
प्रभा पुणतांबेकर । ९७
रवी गद्रे । १०३
दादा केळकर । १०८
एक अलक्षित कलावंत दांपत्य - श्री. व सौ. नावेलकर । ११३
माणसं । ११९

। उष:प्रभा पागे ।

आज आपल्याला शिकवायला कोणता सीनिअर अनाउन्सर आहे, हे बाहेरच्या ड्यूटीरूममध्ये असलेल्या चार्टवर पाहिलं आणि ड्यूटीला आवश्यक असलेल्या टेप्स आणि रेकॉर्ड्स घेऊन मी विविध भारतीच्या स्टुडिओकडे निघाले. आम्हा नवशिक्या अनाउन्सरना ट्रेनिंग देण्यासाठी एक सीनिअर अनाउन्सवर नेमलेला असे. साधारण ७०-७१ चा तो रेडिओतला काळ. विविध भारतीवर नुकत्याच जाहिराती सुरू झाल्या होत्या. त्यामुळे तसेही दोन अनाउन्सर्स लागायचेच. आम्ही 'नवशिके' ट्रेनिंग घेता-घेता मदतीलाही असायचो.

त्या दिवशी मनात धाकधूक होती की, आज कोण असेल? कारण स्टुडिओचं ते भारलेलं वातावरण, मोठाली टेपडेस्क्स, रेकॉर्ड्स लावण्यासाठी मोठाली 'टर्न टेबल्स', समोरचं सेकंदकाट्यावर आम्हाला नाचवणारं ते घड्याळ आणि सर्वांत भीतिदायक तो छोटा माइक... अशा दडपण आणणाऱ्या वातावरणाची आम्हाला भीती असायची. त्यात मी नुकतंच कॉलेज संपतासंपता आलेली! एकोणीस-वीस वर्षांची सदाशिवपेठी वाडासंस्कृतीतली मुलगी.

तसं रेडिओचं वातावरण मला नवीन नव्हतं. कारण कॉलेज करताकरता 'युववाणी' कार्यक्रमासाठी प्रॉडक्शन असिस्टंट म्हणून मी काम केलेलं होतं, लिखाण करत होतेच. पण एकदम अनाउन्सरचं काम हे माझ्यासाठी दडपण आणणारं होतं. त्यात स्वभाव खूपच भित्रा. रेडिओचा 'अनाउन्सर' म्हणजे त्या काळातला ग्लॅमरस जॉब.

तर त्या दिवशी बाहेरच्या चार्टवर माझ्याबरोबर उषा भिडे हे नाव वाचलं... मी तिला पाहिलंही नव्हतं. कारण इतरांप्रमाणे ती रेडिओत इतरत्र कधी दिसली नव्हती. कुठल्या ना कुठल्या तरी ट्रेकवर तिची भ्रमंती चालू असायची... मी स्टुडिओत टेप लावायला घेतली आणि तेवढ्यात सुंदर आवाजात मोठ्यानं 'हॅलो' म्हणून ऐकायला आलं. मी वळून पाहिलं, तर अत्यंत किडकिडीत अशी पांढऱ्या साडीतली चष्मा लावलेली, दाट केसांची घट्ट वेणी घातलेली 'ती' दिसली. पटकन माझे हात हातांत घेऊन म्हणाली, 'काय नाव तुझं?' मी नाव सांगितल्यावर बाकी माहितीची देवाणघेवाण झाली. मी थोडंफार लिहिते आणि भरपूर वाचते म्हटल्यावर प्रचंड खूश झाली आणि अत्यंत मायेनं 'अशीच लिहीत जा' म्हणत हात घट्ट धरले.

त्या दिवशी ते घट्ट धरलेले हात गेली सत्तेचाळीस वर्ष माझ्या हातांत आहेत. त्या दिवशी आमच्या मैत्रीचं बीज रुजलं ते आज सत्तेचाळीस वर्षांत त्याचं एका छानशा वृक्षात रूपांतर झालंय.

मध्यंतरीच्या कालखंडात तिच्या आयुष्यात अनेक वादळं आली, अडचणी आल्या, संकटं आली... पण ती अनेक प्रांतात पुढे जातच राहिली.

तिची आणि माझी मैत्री होण्यासारखा आमच्यात कुठलाच समान दुवा नाही. प्रचंड विरोधाभास हा मला आमच्या मैत्रीतला महत्त्वाचा भाग वाटतो. फक्त 'पुस्तक' एवढाच समान दुवा. ती सतत पर्वतावर, मी सतत जमिनीवर. मी घरकोंबडी म्हटलं तरी चालेल आणि ती सतत घराबाहेर.

आणखीन एक आमच्या मैत्रीचं वैशिष्ट्य म्हणजे 'कमीत कमी भेटणं!' एकमेकींकडे पडीक, भरपूर गप्पा, गॉसिपिंग यातलं आमच्यात काहीच नाही. पण तरीही इतकी घट्ट मैत्री जमण्याचं काय कारण असावं, असा मलाही प्रश्न पडतो. रेडिओमध्ये अनाउन्सर म्हणून काम करताना ड्यूटी ऑफिसर्सना कायम 'व्हेंटिलेटर'वर ठेवणे, अगदी ऐनवेळी माइकचा ताबा घेणे, माइकभोवतालच्या टेबलावर एकही गोष्ट व्यवस्थित न ठेवता अनेक चिटोऱ्यांतून हवं ते उचलणे आणि एकीकडे सातमजली हसताहसता अनाउन्समेंटची वेळ आली की, तितक्याच गंभीरपणे अनाउन्समेंट देणे.

या गोष्टी मला नुसत्या पाहूनसुद्धा दमवून टाकायच्या. अनेक जण 'प्रेमानं' मला सल्ले द्यायचे- 'अहो मॅडम, त्या उषा भिडे यांच्या नादी लागू नका. सोसाट्याच्या वाऱ्याबरोबर पळण्यासारखं आहे ते.' अर्थातच ते सल्ले मी मानले नाहीतच आणि

त्या सोसाट्याच्या वाऱ्याबरोबर माझ्या 'गतीनं' मी 'चालतच' राहिले...

हिमालयातलं १९,००० फुटांचं हनुमान शिखर सर केल्यानंतर तिथूनच तिनं मला पत्र टाकलं– 'निसर्गापुढे माणूस किती शून्य आहे...' वगैरे लिहिलं होतं आणि शेवटी 'सध्या काय लिहितेयस? लिहीत राहा.' असा मोलाचा सल्ला.

एक दिवस फारच रोमांचकारी घटना घडली. माझी रात्रीची ड्यूटी होती. ड्यूटीला आल्यानंतर रात्री ऑफिसची गाडी घेणाऱ्यांनी रजिस्टरला तशी नोंद करायला लागायची. मी त्या दिवशी घाईगडबडीत माझं नाव लिहायला विसरले. नेमकं त्या दिवशी रात्री कुणालाच गाडी नको होती. कंट्रोलचे इंजिनिअर्स, ड्यूटी ऑफिसर्स आणि दुसरा पुरुष अनाउन्सर सगळे जण आपापल्या टू व्हीलरनं निघाले. प्रत्येकानं मला जाताना विचारलं; पण मी गाडीसाठी थांबणार होते. इकडे कुणीच नसल्यानं गाडी फुरसुंगीला (रिसीव्हिंग सेंटर) थांबली... वाट बघताबघता रात्रीचा एक वाजला.

आमचा नेपाळी वॉचमन आणि मी, एवढेच पूर्ण स्टेशनवर. मलातर काहीच सुचेना. तेव्हा मोबाइल नव्हते. फोन ड्यूटीरूममध्ये– त्याला कुलूप. महत्त्वाचं म्हणजे त्या वेळी काही कारणानं (बहुधा बहात्तरच्या युद्धामुळे) सगळीकडे कर्फ्यू होता. आमच्याकडे आकाशवाणीचे पास असायचेच (इमर्जन्सी सर्व्हिसेस). मेन गेटवर सिक्युरिटी गार्ड्स होते. पण जायचं कसं, हा माझ्यासमोरचा प्रश्न. तेवढ्यात उषा ट्रेकिंग सूटमध्ये शिवाजीनगरला उतरून ऑफिसमध्ये सायकल घ्यायला आली. (तेव्हा ती सायकल वापरत असे.) मला पाहताच म्हणाली, 'हे काय, एकटीच बसलीस?' तिला गाडीचा सगळा किस्सा सांगितला. त्यावर म्हणाली, 'चल माझ्या सायकलवर, डबलसीट बस. चल, चल लवकर!' आमच्याजवळ आकाश-वाणीचे पास होते. म्हणून मी तिच्या सायकलवर बसले. तोपर्यंत साधारण रात्रीचे पावणेदोन वाजले होते. आम्ही निघालो... दक्षिणमुखी मारुतीजवळ पोलीस ठाणं होतं. पोलिसांनी आम्हाला अडवलं. बरोबरच होतं. रात्री पावणेदोन वाजता कर्फ्यूमध्ये दोन महिला सायकलवरून जातायत म्हणजे त्यांना भूत बघितल्यासारखं झालं होतं. आम्ही पास दाखवले. पुनश्च सगळा इतिहास सांगितला. ते आम्हाला जीपनं सोडण्यासाठी तयार झाले. पण तोपर्यंत उषानं सुसाट वेगानं सायकल हाणली. मला देशमुखवाडीत सोडून ती कुमठेकर रोडला आपल्या घरी गेली.

दुसऱ्या दिवशी ऑफिसभर आमचाच विषय! स्टेशन डायरेक्टरांनी आमचा भरपूर समाचार घेतला. माझ्याही धाडसाचं मला अजूनही आश्चर्य वाटतं. पण त्या रात्री केवळ उषामुळे मी घरी गेले हे खरं!

माझ्यापेक्षा सहा-सात वर्षांनी ती मोठी असल्यानं काही वेळा अधिकारानं मला ओरडणं वगैरे व्हायचं; पण माया खूपच करायची. अजूनही करते. त्या वेळी ती मामाकडे राहत असे. कारण आईवडील सांगलीला होते. त्या सुमारास एकाहत्तर

साली माउंटेनिअरिंगचं बेसिक ट्रेनिंग घेऊन नंतर त्र्याहत्तरला अॅडव्हान्स ट्रेनिंग तिनं पूर्ण केलं. एकीकडे यूपीएससीच्या परीक्षा देऊन ती प्रोग्रॅम एक्झिक्युटिव्ह (PEX) झाली होती. आम्हा दोघींचं लग्न साधारण आसपासच झालं. तिचं थोडं उशिरा झालं. ती लग्न तरी करेल का, असा प्रश्न होताच. जयंत साठे, एनसीएलमध्ये संशोधक म्हणून कार्यरत होते. शिवाय ट्रेकिंगही करत होते. दोघांची ट्रेकिंगमध्येच ओळख होऊन नंतर त्यांनी लग्न केलं. इथपर्यंत सरळपणे चाललेल्या तिच्या आयुष्यात लग्नानंतर एक भलंमोठं वादळ येऊ घातलेलं होतं. कारण लग्नानंतर चारच महिन्यांनी जयंत साठेंचा एनसीएलमध्ये एका रसायनाच्या स्फोटात अपघाती मृत्यू झाला. जयंत गेल्यानंतर उषाला कळलं की, आपण जयंताच्या बाळाची आई होणार आहोत. तिचा औटघटकेचा संसार एका क्षणात संपला होता. ते गरोदरपणाचे नऊ पूर्ण महिने तिनं अक्षरशः रडून काढले. 'गर्भसंस्कार' वगैरे शब्दांचा तिथं उपयोगच नव्हता. त्या गर्भावर फक्त 'रडणं' एवढाच संस्कार होत होता. तिच्या मित्रपरिवारातले आम्ही सगळेच हताश झालो होतो.

नियतीनं घातलेल्या काही प्रश्नांना कधीच उत्तरं नसताना संदर्भही नसतात. त्यामुळे कुठलाही कार्यकारणभाव मांडता येत नाही. इथून तिची लढाई सुरू झाली. नोकरी, पदरात मुलगी आणि हिमालयातल्या शिखरांच्या हाका... घरी आई, बहिणी, भाऊ यांच्या सहकार्यानं परत तिनं मोहिमा सुरू केल्या. सह्याद्रीतले अवघडातले अवघड डोंगर, कडे सर करून झाले होते. दर शनिवार-रविवार डोंगरकड्यांवर मोहीम आटोपून सोमवारी ती कामावर हजर व्हायची. मधल्या वेळेत तुकड्यातुकड्यात तिची-माझी भेट व्हायची. मग झालेल्या घटना, लिखाण, पुस्तकं यांवर भरपूर चर्चा व्हायच्या.

उषानं फक्त पर्वतशिखरंच सर केली नाहीत; नोकरीमध्ये उत्तमोत्तम कार्यक्रमांची निर्मिती केली. कारण 'प्रोग्राम सेन्स' म्हणून जो काही असतो, तो तिच्याजवळ भरपूर होता. उत्तम वाचन, तल्लख बुद्धी, सुरेख आवाज आणि विषयवैविध्य यांमुळे पुढे स्टेशन डायरेक्टर झाल्यानंतरसुद्धा अतिशय दर्जेदार कार्यक्रमांची निर्मिती तिनं केली. जरासं पोटॅन्शिअल दिसलं की, हाताखालच्या माणसाला भरपूर प्रोत्साहन देणं हे तिचं स्वभाववैशिष्ट्य.

सतत निसर्गात वावरणं असल्यामुळे (अजूनही) वागणुकीत सामान्यांचे समाजसंकेत, तुमच्या-आमच्या जगातल्या साध्यासुध्या ऐहिक गोष्टी किंवा समोरच्याला काय वाटेल वगैरे फालतू गोष्टी ती मनावर घेत नाही. मनाला रुचेल, तिला पटेल, तेच फट्कन बोलणार. सगळा थेट कारभार! क्षणात चिडणार, नंतर सातमजली हसणार आणि क्षणात माया करणार. आपल्याला काही वेळा तिचा 'अवतार' वाटत असला, तरीही तिला तो छानपैकी पटलेला असतो. असा हा पूर्णपणे नैसर्गिक स्वच्छ स्वभाव.

माउंटेनिअरिंग हा तिचा श्वास आहे. लिओ पारगीयाल (राक्षसी खडक) मोहीम

आणि प्री एव्हरेस्ट म्हणून गंगोत्रीची मोहीम या तिच्या दोन साहसी मोहिमा. गंगोत्री मोहिमेच्या वेळी प्रसिद्ध गिर्यारोहक बचेंद्रीपाल तिच्याबरोबर होत्या. गिरिजाची संपूर्ण जबाबदारी आईनं घेतल्यामुळे नोकरी आणि मोहिमा तिला करता येत होत्या. गिर्यारोहण आणि निसर्ग हा तिच्या जगण्याचा महत्त्वाचा स्रोत असल्याने स्टेशन डायरेक्टर म्हणून 'बस्तर' या आदिवासी दुर्गम भागात झालेली बदली तसंच 'लेह' या ठिकाणी झालेली बदली (उणे ४ टेम्परेचर) या बदल्या तिला अडचणीच्या न वाटता नवीन अनुभवांची समृद्धी म्हणूनच तिनं त्यांकडे बघितलं.

मध्यंतरी गिरिजा मोठी झाल्यानंतर 'नंदू पागे' हा ट्रेकर आयुष्यात आला. एक उत्तम गिर्यारोहक म्हणून दोघांची झालेली भेट विवाहामध्ये रूपांतरित झाली. नवेंदूचा जन्म झाला अन् तो दीड वर्षाचा असताना नंदू मोठ्या मोहिमेवर रवाना झाला. 'सतोपंथ' या हिमालयातल्या अवघड मोहिमेवर नंदू, मिनू मेहता आणि भारत नांगरे हे चढाई करत असताना रात्री झालेल्या हिमवादळात तिघंही गाडले गेले. (मोहिमेवर निघण्याच्या आदल्या दिवशी नंदू माझ्या घरी येऊन गेला होता.)

उषाच्या आयुष्यातलं हे दुसरं वादळ... या वादळात मात्र फारच मोडतोड झाली. मी तर या धक्क्यानं आजारीच पडले. तिच्या आईची तीच अवस्था. काही दिवसांतच आईचं निधन झालं. आयुष्याचे सगळे आधारस्तंभ निखळले. दोन लहान मुलं आणि ती... मोकळ्या आभाळाखाली कुणाच्याही आधाराविना उभं आयुष्य काढायचं होतं. पण सतत निसर्गात राहिल्यानं निसर्गानं तिला चिवटपणा दिला, हे निश्चित. गिर्यारोहण, रॉक क्लायम्बिंग, ट्रेक्स, दोन्ही मुलांना वाढवणं, नोकरी (ती तर गरजेची होती) या सर्व आघाड्या तेवढ्याच जोमानं तिनं सांभाळल्या.

माझ्यासारख्या सामान्य संसारी स्त्रीला हे एखाद्या चमत्कृतिजन्य चित्रपटाप्रमाणे वाटत होतं. नंदू गेल्यानंतर काही दिवसांत आईचं निधन झालं. ते मला काही दिवसांनी कळलं. रस्त्यावर सायकलवरून बाहेर हाका मारून तिनं हे सांगितल्यावर हसावं की रडावं, हे कळेना. आत्ता चौऱ्याहत्तराव्या वर्षीही सगळं यथासांग चालू आहे. गिरिप्रेमीची संस्थापक, सध्या वनस्पतिशास्त्राचा अभ्यास, ट्रेक्स सगळं चालू आहे. दोघा मुलांनी पीएच.डी. केली. मुलगी ऑस्ट्रेलियात, मुलगा इथेच भारतात.

तिचा संसार सुरळीत नाही झाला. कारण एकहाती सगळं सांभाळताना प्रचंड कसरत करावी लागली. तिचं क्षेत्रच असं आहे की, त्यात आमची मदत नगण्यच. ती मात्र वेळोवेळी माझ्यामागे आधाराला उभी राहिली. कधी मोठ्या बहिणीच्या नात्यानं! कधी भांडलोतंडलो ते मैत्रिणी म्हणून. तिच्या कारकिर्दीत तिच्या प्रोत्साहनानं मी रेडिओचे मोठमोठे कार्यक्रम करू शकले. तिच्या अट्टाहासानं लिखाण चालू ठेवलं. माझी चित्रकला, लिखाण, वाचन तिला कौतुकाचं वाटतं, तेव्हा मला हसू येतं. कारण तिचा पल्ला गाठणं मला कधीच जमलं नाही.

रेडिओत पहिली ओळख झालेली उषा नजरेसमोर येते. शिफ्ट्‌समध्ये कधीही ऑफिसची गाडी न वापरता रात्रीबेरात्री सायकलवरून सुसाट जाणारी तिची ती लहानखोर मूर्ती दिसते. एवढ्या वर्षाच्या वादळवाऱ्यात एखाद्या चिवट नारळाच्या झाडाप्रमाणे उभी असलेली उषा मी मान उंच करून पाहते आणि अजूनही चकित होते.

दुसरा पती गेल्यानंतर चार-पाच महिन्यांनी बर्फ वितळल्यानंतर पुन्हा त्याच सतोपंथ शिखरावर काही सहकाऱ्यांना बरोबर घेऊन अथक पाच तास बर्फ खणून पतीचं शव बाहेर काढणारी ही अफलातून माझी मैत्रीण...! पुन्हा सतोपंथाला जायचं ठरल्यानंतर आम्ही काही जणांनी विरोध केला. कारण दोन लहान मुलं पदरात होती. पण उषा म्हणाली, ''माझी बुद्धी सांगतेय नंदू गेलाय म्हणून; पण भावना कुठेतरी आशा दाखवतायत. हे मानसिक द्वंद्व संपवण्यासाठीच मला गेलं पाहिजे.'' आणि तिनं ते द्वंद्व संपवलं. आयुष्याचा प्रवाह पुन्हा चालू झाला. आणि माझी ही मैत्रीण चिवटपणे पुन्हा उभी राहिली.

अभिजित वर्दें यांनी महाराष्ट्र फाउंडेशनच्या सहयोगानं काही वर्षांपूर्वी 'डॉटर्स ऑफ महाराष्ट्र' हे इंग्रजीतलं मोठ्या आकारातलं पुस्तक काढलं होतं. त्यामध्ये उषाचाही समावेश केला होता.

सध्या 'जीवित नदी' प्रकल्पामध्ये मोठ्या प्रमाणात तिचा सक्रिय सहभाग आहेच. शिवाय दुर्मिळ वनस्पतींचा अभ्यास चालू आहे. अशी ही माझी प्रिय मैत्रीण, सखी... अनेक वादळवाऱ्यांत, पुन:पुन्हा नव्या जोमानं उभी राहिली. 'आता या वेळी मात्र काही खरं नाही', अशा अनेक वेळच्या परीक्षांत ती उत्तमपणे उत्तीर्ण झाली अन् अजूनही नवनवीन आव्हानं ती अंगावर घेतेच आहे. अजूनही मी कधीही फोन केला तरी पहिला माझा प्रश्न असतो, 'तू कुठे आहेस?' कारण ती पुण्यात नसणार, ही खात्री असते. बरं, उत्तरसुद्धा साध्यासुध्या जवळपासच्या ठिकाणचं नसतं. तर 'मिझोराम, आगरतळा, नागालँड...' अगदी सहजपणे ही प्रश्नोत्तरं असतात.

अजून चौऱ्याहत्तराव्या वर्षासुद्धा सतत कुठलं ना कुठलं तरी शिबिर, गिर्यारोहणाचा कार्यक्रम, जंगलांची भटकंती हे चालू असतं. आहेही. दोन अत्यंत भिन्न स्वभावाच्या माणसांचंही नातं चाळीस-पंचेचाळीस वर्ष टिकतं, नव्हे टिकू शकतं, हे माझ्या आणि उषाच्या मैत्रीबाबत म्हणता येईल. तसा बऱ्यापैकी फटकळ स्वभाव, खाण्यापिण्यातल्या प्रचंड खोड्या आणि त्याविषयी कोणताही मुलाहिजा न ठेवता सांगणं, हे तिचं वैशिष्ट्य. एकंदरीतच पूर्णपणे स्वतंत्र विचारसरणी असलेल्या उषाच्या अगदी विरुद्ध स्वभाव माझा असूनही आम्ही अजूनही एकमेकींशी 'टिकून' आहोत याचं काय कारण असावं, हे मलातरी अजूनही कळलेलं नाही. मी याला फक्त 'ऋणानुबंध' एवढंच म्हणेन.

पद्मविभूषण सन्मानानं सन्मानित करण्यात आलेले डॉ. के. एच. संचेती हे ख्यातनाम अस्थिशल्यचिकित्सक आहेत. तसंच 'संचेती इन्स्टिटट्यूट ऑफ ऑर्थोपेडिक्स ॲन्ड रिहॅबिलिटेशन'चे संस्थापक आहेत. पुण्यात शिवाजीनगर परिसरातलं भव्य असं संचेती हॉस्पिटल म्हणजे पुण्यातली महत्त्वाची वास्तू आहे. पुणेकरांसाठी, पुण्याबाहेरच्यांसाठी पत्ता सांगण्याची मोठी खूण आहे.

एवढा मोठा पुरस्कार आणि एवढं भव्य हॉस्पिटल, इथपर्यंतचा प्रवास कसा असेल हे कुतूहल मला स्वस्थ बसू देत नव्हतं. सदासतेज असणारे आणि सदैव प्रसन्न हसणारे डॉ. संचेती आम्हा दोघांच्याही चांगल्या परिचयाचे आहेत, ही आमच्यासाठी फार फार अभिमानाची गोष्ट आहे.

अर्थातच ते कुणाच्याही पट्कन जवळ जाऊ शकतात, इतके सहज साधे आहेत. समोरच्याला आपल्या मोठेपणानं अगदी लीन करून टाकायचं नाही, हा त्यांचा स्वभावधर्म आहे. काही वर्षांपूर्वी संचेतीचे आर्किटेक्ट श्री. बक्षी आणि दिलीप

ओक संचेती हॉस्पिटलच्या संदर्भात काम करत होते. अर्थात दिलीप कन्सल्टन्सी करत होते. त्या वेळी डॉक्टरांबरोबर त्यांचे काही प्रवासही झाले. जवळजवळ वर्ष-दीड वर्ष ते काम चाललं होतं. त्या निमित्तानं गाठीभेटी होत होत्या. डॉक्टरांबद्दल दिलीप भरभरून बोलायचे. मी डॉक्टरांना दुरूनच पाहत होते. प्रत्यक्ष भेट मात्र जरा उशिराच झाली. त्या भेटीदरम्यान आमचं नातं डॉक्टर-पेशंट असं होतं. नंतर नणंदेच्या पाठीच्या दुखण्याच्या वेळी ती जवळजवळ पंधरा दिवस त्यांच्या हॉस्पिटलमध्ये होती, तेव्हा जास्त वेळ डॉक्टरांचा परिचय झाला. कोणत्याही वेळी, कितीही कामाच्या गडबडीत हा मनुष्य सतत हसत कसा असतो, हे मला त्या वेळेपासून पडलेलं कोडं आहे. कधीही चेहऱ्यावर थकवा नाही, चिडचिड नाही, वैताग नाही. हे कसं काय असू शकतं? सतत नम्रपणे समोरच्याशी बोलणं, पेशंटचं छान मन लावून ऐकणं, हे सगळं अनुभवायला फारच कौतुकाचं वाटायचं. मनाला पडलेले प्रश्न एखाददुसऱ्या भेटीतून मला व्यक्त करता येत नव्हते. म्हणून डॉक्टरांशी सविस्तर बोलायचं ठरवलं. नुकते कुठे प्रसिद्धीची चव चाखलेले तथाकथित 'सेलिब्रिटी'सुद्धा वेळ द्यायला 'ॲटिट्यूड' दाखवतात. आणि या पद्मविभूषण डॉक्टरांनी कोणतेही नखरे न करता, कसलेही आढेवेढे न घेता मला वेळ दिली. आम्ही परिचित होतो म्हणून नाही तर तो त्यांचा स्वभावच होता म्हणून. पुढच्या आमच्या गप्पांमधून माझ्या मनातले सगळे प्रश्न उलगडायला लागले. डॉक्टर दिलखुलासपणे बोलत होते. मॅट्रिकला फक्त सत्तेचाळीस टक्के मार्क पडले, हे त्यांनी प्रचंड अभिमानाने सांगितलं. माणसानं मनात एखादं ध्येय पक्कं केलं असेल आणि त्यासाठी कितीही कष्ट करण्याची तयारी ठेवली असेल, शिवाय अत्यंत महत्त्वाचं म्हणजे स्वत:तल्या क्षमता ओळखल्या असतील, तर त्या जिद्दी माणसाला आपोआप पंख फुटतात आणि तो आकाशात भरारी मारतो. डॉ. संचेतींचं हे तंतोतंत वर्णन आहे.

अत्यंत हलाखीच्या परिस्थितीत विजय टॉकीजजवळ किराणा मालाचं दुकान चालवत असलेले त्यांचे वडील हे डॉक्टरांचे आदर्श आहेत. आई-वडिलांचे उत्तम संस्कार हे माझा हा स्वभाव निर्माण होण्यामागचं कारण आहे, असं डॉक्टर सांगतात. त्या दुकानातच एका बाजूला चहाचं दुकान चालू केल्यानंतर पहाटे उठून शाळेची वेळ होईपर्यंत डॉक्टर दुकानात चहाच्या कपबशा विसळणं, गिऱ्हाइकांना चहा देणं ही कामं करत असत. पुन्हा संध्याकाळी शाळा सुटल्यानंतर तेच काम. विजय टॉकीजच्या आवारातसुद्धा चहा-बिस्किटं विकलेली आहेत. शाळेतले मित्र विजय कर्णिक, दिवाकर चिटणीस हे आजपर्यंत त्यांचे घट्ट मित्र आहेत. आईवडिलांप्रमाणेच ते मित्रांचं ऋण फार मानतात. डॉक्टर होईपर्यंत मित्रांकडे अभ्यास हे ठरलेलं होतं; कारण घरी जागेची अडचण आणि भावंडं बरीच होती.

दिलीप यांच्या कामामुळे डॉक्टरांशी परिचय झाला, तेव्हा संचेती हॉस्पिटल

आणि डॉ. संचेती ही नावं वलयांकित झालेली होती. पण तोपर्यंतचा प्रवास हा साधासोपा नव्हता. अपरिमित कष्ट आणि संघर्ष, बरेचसे चढउतार वाट्याला आलेले होते. परंतु डॉक्टरांच्या स्वभावाप्रमाणे एकदा मनात घेतलं की, कितीही अडथळ्यांतून ते पार पाडायचंच, हा हट्टच असायचा. त्यामुळे डॉक्टर व्हायचंच हे निश्चितपणे ठरलेलं होतं. गाठीशी पैसा असताना डॉक्टर होण्याचं स्वप्नं पाहणं आणि पैशाचं अजिबात पाठबळ नसताना डॉक्टर होण्याचं स्वप्नं पाहणं, यात फार फार अंतर आहे. परंतु सुरुवातीला म्हटल्याप्रमाणे डॉक्टरांनी स्वत:च्या क्षमता ओळखल्या होत्या. स्वत:मध्ये काय आहे आणि काय नाही, याची पुरेपूर जाणीव डॉक्टरांना असल्यानं कायम कमी मार्कांची आपली परंपरा न सोडता आपल्याला इतरांपेक्षा जास्त कष्ट करावे लागणार आहेत, हे ते ओळखून होते. डॉ. कोयाजी आणि डॉ. तळवलकर यांना ते गुरुस्थानी मानतात.

उमेदवारीच्या काळाबद्दल डॉक्टर मनापासून भरभरून सांगत होते. एम.एस. झाल्यानंतर जंगली महाराज रस्त्यावरचं मोटवानी क्लिनिक त्यांनी चालवायला घेतलं. माणसाच्या 'आतमध्ये' एखाद्या ध्येयाची ठिणगी जर पेटलेली असेल, तर ती ठिणगी सतत तुम्हाला धडपड करण्याची ऊर्जा देत असते. मोटवानी हॉस्पिटल ते आत्ताचं संचेती हॉस्पिटल हा प्रवास साधासोपा नव्हता.

आत्ताचा अवाढव्य पसारा पाहता ते 'एका' माणसाच्या प्रयत्नातून निर्माण झालंय, यावर विश्वासच बसत नाही. कारण या प्रवासात सगळंच होतं. संघर्ष होता, हितशत्रू होते, डॉक्टरांबद्दल असूया होती, स्पर्धा होती. परंतु डॉक्टरांची झेप घेण्याची पहिली उडीच मुळी जोरकस होती. शिवाय काही अंगभूत कौशल्यंही होती. डॉक्टर दोन्ही हातांचा वापर लीलया करू शकतात, तसंच शाळेत शिकलेल्या सुतारकामाचा ते सतत आपल्या विषयासाठी उपयोग करतात. वास्तुविशारद ही पदवी त्यांनी घेतलेली नाही; परंतु त्याविषयीचा त्यांचा अभ्यास चांगल्यापैकी खोलवर आहे. त्यामुळे संचेती हॉस्पिटलची इमारत बांधताना डिझाइनमध्ये श्री. बक्षींबरोबर तेवढाच सहभाग डॉक्टरांचाही होता. पत्नी अनुराधाताई तर डॉक्टरांच्या आधारस्तंभच आहेत. पत्नीचं अनुराधा नाव डॉक्टरांनी त्या वेळच्या बलराज सहानी यांच्या 'अनुराधा' सिनेमावरून ठेवलेलं होतं. कारण त्यातला 'ध्येयवेडा डॉक्टर' ते स्वत:मधे पाहत होते. डॉक्टरांशी बोलताना एक जाणवतं ते म्हणजे कितीही अवघड, कसोटीचा काळ वर्णन करतानासुद्धा ते त्याविषयी हसत हसत गमतीनं सांगत असतात.

त्यांच्या स्वभावाचा हा पैलू त्यांच्या लखलखीत यशाचा मापदंड वाटतो मला. हॉस्पिटलची इमारत पांढरीशुभ्र, त्यांचा अंगावरचा पोशाखही पांढराशुभ्र असतो. क्वचित महत्त्वाच्या प्रसंगी सूट घालतात. पांढरा रंग पवित्रतेचे प्रतीक आहे. गरजू रुग्णांना

मोफत उपचार किंवा काही जणांना अगदी अल्प पैशांमध्ये उपचार ही डॉक्टरांची पवित्रताच वाटते मला. अस्थिरोगातील पुनर्वसन आणि वैद्यकीय शिक्षण आणि संशोधन या क्षेत्रांत त्यांनी केलेल्या भरीव योगदानाबद्दल आधी पद्मश्री, नंतर पद्मभूषण आणि नंतर 'पद्मविभूषण' हे पुरस्कार भारत सरकारतर्फे त्यांना दिले गेले आहेत. 'पद्मविभूषण'सारखा मोठा सन्मान मिळवलेला हा निष्णात अस्थिशल्यचिकित्सक संपूर्णपणे जमिनीवर आहे. माझ्याशी बोलताना डॉक्टर म्हणाले, ''आमच्या घरात पत्नीनंही साधं वातावरण जाणीवपूर्वक राखलेलं आहे. तिचं म्हणणं असं आहे की, घर हे फाइव्हस्टार हॉटेलसारखं न दिसता आश्रमासारखं वाटलं पाहिजे. आमच्या घरातली मुलं अजूनही आईवडिलांच्या पाया पडून बाहेर पडतात.''

सतत उत्सुक दृष्टी आणि शल्यचिकित्सेच्या दृष्टीनं भोवतालच्या वातावरणातून काय घेता येईल, याकडे लक्ष देण्याच्या वृत्तीमुळेच एकदा एक गजरेवाली गजरे करताना त्यांनी पाहिली. विशिष्ट तऱ्हेची गाठ घालून ती बाई लहानलहान फुलं ओवत होती. डॉक्टर तिच्याजवळ गेले आणि म्हणाले, ''अशा गाठी मारायला मला शिकवाल का?'' त्या बाई गोंधळून गेल्या. त्यांना चेष्टाच वाटली. पण डॉक्टरांनी आपला हेतू सांगितला आणि तिच्याकडून ती गाठ मारायला ते शिकले. शस्त्रक्रियेनंतर टाके घालताना त्या गाठीचा उपयोग करून पाहिला. पोलिओमुळे अपंगत्व आलेल्या रुग्णांची संख्या साठ-सत्तरच्या दशकात बरीच होती. डॉक्टरांनी पाहणी करून त्या रुग्णांना परवडतील अशा उपाययोजना केल्या आणि नंतर अशी असंख्य मोफत शिबिरं घेतली. २००७ पर्यंत चारशेच्या वर मोफत शस्त्रक्रिया आणि तपासण्या त्यांनी केल्या.

डॉ. संचेतींच्या कामाविषयी, संशोधनाविषयी आणि एकंदर त्यांच्या कार्यकर्तृत्वाविषयी माहिती करून घ्यायची, तर डॉक्टरांशी असंख्य तास बोलावं लागलं असतं. पण प्रत्यक्षात १४ ते १६ तास काम करीत असलेला हा ऐंशी वर्षांचा अवलिया एवढा वेळ देणं शक्यच नव्हतं. परंतु तरीही काहीतरी थोडा वेळ हाताशी मिळालाच.

गुडघेरोपण शस्त्रक्रिया! सध्या आता अतिशय कॉमन झालेली ही शस्त्रक्रिया. आतासुद्धा या शस्त्रक्रियेचा खर्च आवाक्याबाहेर आहे. डॉक्टरांनी भारतीय सामाजिक आणि सांस्कृतिक संदर्भ विचारात घेऊन संपूर्णपणे भारतीय बनावटीची गुडघेरोपण यंत्रणा विकसित करण्याचं ठरवलं. अत्यंत आव्हानात्मक आणि अवघड काम होतं. कारण मुख्य म्हणजे डॉक्टरांचा वेळ! त्यांच्या रोजच्या शस्त्रक्रिया, बाह्य रुग्ण विभाग हे व्याप फारच मोठे होते. यामधून वेळ काढून रोपणयंत्रणेची ड्रॉइंग्ज तपासणं, त्यांतले बदल, निर्मिती, दर्जा हे सगळं स्वतः डॉक्टरांनी केलं.

डॉक्टर म्हणाले, ''ही यंत्रणा विकसित करताना तीन उद्दिष्टं आमच्या समोर होती. एक म्हणजे सामान्यांना परवडणारी, मुख्य म्हणजे भारतीयांच्या सामाजिक

गरजा पूर्ण करणारी आणि दर्जाच्या बाबतीत परदेशी बनावटीपेक्षा गुणवत्तेनं चांगली असणारी.''

डॉक्टर कामाला लागले. जवळजवळ पाचशे भारतीयांच्या गुडघ्यांचा सिटीस्कॅन केला. त्याचा मानववंशशास्त्रानुसार अभ्यास केला. त्यातून आशियाई लोकांसाठी पाच प्रमाण, आकार तयार केले. त्यानुसार हाडांची प्रतिकृती बनवून प्रयोगशाळेत काही चाचण्या घेऊन शेवटी गुडघेरोपणाची ही अंतिम यंत्रणा तयार झाली. यातली सर्वांत महत्त्वाची गोष्ट म्हणजे या यंत्रणेचा गुडघा १३५ अंशांपेक्षाही जास्त कोनात दुमडता येतो. आणि दहा ते पंधरा अंशामध्ये फिरवता येतो. ही यंत्रणा तयार करताना धातू कोणता निवडायचा यासाठी त्यांनी धातुशास्त्राचा अभ्यास केला. शेवटी शरीराला त्रास न होणारा, क्रोमिअल कोबाल्ट हा मिश्रधातू निवडला गेला. जर्मनीहून 'चिसलेन' प्लॅस्टिक आयात केलं आणि शेवटचं प्रॉडक्ट भाभा ऑटॉमिक रिसर्च सेन्टरला पाठवलं. डॉक्टरांची 'इंडस' ही गुडघेरोपणाची यंत्रणा अखेरीला बाजारात आली आणि २००५ साली 'इंडस-नी' ही गुडघेरोपणाची पहिली शस्त्रक्रिया करण्यात आली.

नंतरच्या वर्षभरात जेवढ्या 'इंडस-नी'च्या शस्त्रक्रिया झाल्या त्या पेशंटना इंडसनीच्या पहिल्या वाढदिवसाला डॉक्टरांनी आमंत्रित केलं. हा वाढदिवस अनोखा होता. कारण सर्व पेशंट्सना जेवणासाठी टेबलखुर्च्या न देता खाली पंगत वाढण्यात आली. (या इंडसनी रोपणानंतर खाली बसता येतं, हे सिद्ध करण्यासाठी!). सगळंच अलौकिक!

परिस्थितीला परवडेल त्या शाळेत मराठी माध्यमात शिकलेला एक मुलगा केवळ जिद्दीच्या जोरावर, सतत ईर्षेला टक्कर देत जागतिक स्तरावर पोचतो, तेव्हा जाणीव होते की माणसातली कणखरता अमाप आहे. फक्त त्याच्याकडे दुर्दम्य इच्छाशक्ती, अफाट कष्टांची तयारी आणि सामान्यांचा विचार करण्याची मानसिकता हवी. डॉक्टरांमध्ये ती भरपूर आहे. 'वास्तुरचनाकार डॉ. संचेती' हे वाचायला कसं वाटतं? परंतु हे खरं आहे. अभियांत्रिकी आणि वास्तुरचना या दोन्हींमध्ये डॉ. संचेतींना सखोल ज्ञान आहे. कारण सतत शिकणं हे त्यांचं जगणं आहे. यातले डॉक्टरांच्या परिचयातले खरे तज्ज्ञ म्हणतात की, डॉक्टर हे उत्तम वास्तुरचनाकार किंवा अभियंता झाले असते.

आताचं हॉस्पिटल बांधताना वास्तुरचनेचा त्यांनी प्रचंड अभ्यास केला आहे. वास्तुरचना आणि हॉस्पिटलचे नियोजन या विषयांवर मार्गदर्शन करणारे ते एक शल्यचिकित्सक आहेत. चौकस बुद्धी, निर्धार आणि आपल्या मनातल्या स्वप्नाचा पाठलाग या गोष्टींमुळेच ते त्या क्षेत्रातले उत्तम नियोजनकार ठरलेत. त्यांचे आर्किटेक्ट आणि जुने सहकारी श्री. श्रीनिवास बक्षी सांगतात की, हॉस्पिटलची रचना आणि

आखणी यांचे ते स्वत:च इतके जाणकार आहेत की, माझं ड्रॉइंग ते माझ्यापेक्षा चांगलं समजावून सांगत. डॉक्टर म्हणतात, मला काय हवे आहे हे वास्तुरचनाकाराला सांगायचं असेल, तर मला स्वत:ला त्याची भाषा कळायला हवी. म्हणून मी हे शिकलो. हॉस्पिटल नियोजनात स्थापत्य, अर्थकारण, व्यवस्थापन आणि कर्मचारी वर्ग या प्रत्येक पैलूचा अभ्यास त्यांनी केलाय. त्यावर व्याख्यानंही देतात ते. म्हणूनच डॉक्टरांचे 'मनुष्यबळ व्यवस्थापन' उल्लेखनीय आहे. ॲम्ब्युलन्समधून रोग्याला स्ट्रेचरवर कसं हलवावं, याचंही शिक्षण त्यांनी ड्रायव्हर्सना दिलेलं आहे.

पुण्यभूषण पुरस्कार मिळवणारे डॉ. संचेती खरोखरच पुण्याचे भूषण आहेत. अंतराळवीर राकेश शर्मा, अटलबिहारी वाजपेयी यांच्यावरसुद्धा शस्त्रक्रिया करणारे डॉ. संचेती आपल्या पुण्यातले आहेत, हा खरोखर पुण्याचा अभिमान आहे. अंतराळवीर राकेश शर्मांचा मी उल्लेख केला, तेव्हा डॉक्टरांनी अतिशय सहजपणे सांगितलं की, होय, राकेश शर्मांना माझ्याकडेच शस्त्रक्रिया करायची होती. त्या वेळी वर्तमानपत्रामध्ये पहिल्या पानावर ही बातमी छापून आली होती. अवघड शस्त्रक्रिया किंवा मोठमोठ्या नावाजलेल्या व्यक्तींवर उपचार केलेले डॉक्टर म्हणून संचेती जेवढे प्रसिद्ध आहेत, तेवढेच विनम्र डॉ. संचेती अशीही त्यांची ओळख आहे. समाजाची सर्वतोपरी सेवा करणं हे प्रत्येक डॉक्टरचं ध्येय असायला हवं, असं त्यांना वाटतं. त्यामुळे असंख्य मोफत शिबिरं, मोफत शस्त्रक्रिया त्यांनी केल्या आहेत.

सतत हसतमुख असणारे डॉ. संचेती बड्या लोकांशी जसे बोलतात, तसेच गरिबातल्या गरीब पेशंट्सशीही बोलतात. मी त्यांना पाहत आलेय, तितके दिवस मला एक गोष्ट प्रकर्षानं जाणवलेली आहे- ती म्हणजे निर्व्याज असं हसणं. वागण्यात कुठलाही भेदभाव नाही, हॉस्पिटलच्या कर्मचारी वर्गाशीसुद्धा हसतहसत बोलणारे असे हे डॉक्टर म्हणजे एक जादुई व्यक्तिमत्त्व आहे. हॉस्पिटलचं व्यवस्थापन दीर्घकाळ पत्नी अनुराधाताई बघत होत्या. आता ते काम त्यांची मोठी कन्या मनीषा पाहते. डॉक्टरांचा 'कुटुंबाच्या सहकार्यावर' पूर्ण विश्वास आहे. ते म्हणतात, 'संपूर्ण कुटुंब तुमच्या पाठीशी असेल, तर माणूस कितीही मोठी उडी मारू शकतो.'

एक साधासुधा मुलगा स्वकर्तृत्वानं मोठमोठी स्वप्नं पाहतो. स्वअध्ययनानं ती स्वप्नं पूर्ण करतो आणि स्वत:च एक संख्या बनतो. तो लहानपणीचा साधासुधा मुलगा म्हणजे डॉ. कांतिलाल हस्तिमल संचेती.

हॉस्पिटलचा एवढा मोठा पसारा सांभाळण्यात आता त्यांचे सुपुत्र ऑर्थोपेडिक सर्जन डॉ. पराग संचेती हेही प्रत्यक्ष कार्यरत आहेत. डॉक्टर पूर्णपणे कुटुंबवत्सल आहेत. सगळे भाऊ, बहिणी, मुलं यांच्या बाबतीत दक्ष आहेत. समोर आलेली अडचण ही अडचण म्हणून न पाहता आव्हान म्हणून पहा, ही डॉक्टरांची शिकवण घरातल्या सर्वांसाठी आहे.

लहानपणापासूनचे मित्र अजूनही मनापासून सांभाळणारे डॉक्टर मैत्रीच्या बाबतीत अतिशय हळवे आहेत. आम्हाला सांगतानाही सतत मित्रांचा उल्लेख येतच होता. आमच्या बाबतीत, तर मला काही वेळा आश्चर्य वाटतं. माझ्या मुलीच्या लग्नाचं आमंत्रण दिलीप करून आले. मला वाटत होतं, इतके व्यस्त डॉक्टर येतील की नाही? पण एक आश्चर्याचा धक्का त्यांनी दिला. कुठल्यातरी लांबच्या प्रवासातून आले आणि तडक मधुराच्या रिसेप्शनला हजर!

आमच्या पु. ल. देशपांडे यांच्यावरच्या रंगमंचीय कार्यक्रमाला दिलीपच्या एका फोनवर हजर झाले. छानपैकी भाषण केलं. डॉ. संचेती फक्त डॉक्टरच नाहीत. अत्यंत रसिक अशी दृष्टी त्यांना लाभलीये. संगीत, सांस्कृतिक कार्यक्रम, व्याख्यानं या सगळ्यांचा आस्वाद घ्यायला त्यांना अतिशय आवडतं; पण अर्थातच वेळेचं गणित पाहूनच.

साधं पण अभिरुचिपूर्ण राहणं ते जास्त पसंत करतात. त्यामुळे हॉस्पिटलचा स्वच्छ परिसर, त्यांचा पोशाख आणि वागणूक यांमधे ती अभिरुची दिसतेच. डॉक्टरांच्या संपूर्ण कर्तृत्वाबद्दल अगदी सूक्ष्मपणे लिहायचं म्हटलं, तर एक भलामोठा ग्रंथ होईल. कारण त्यांचे अमूल्य विचार, नंतर ते विचार आचरणात आणण्यासाठी केलेली धडपड, कोणत्याही दिसेल त्या मोठ्या गोष्टीचा सर्जरीत कसा उपयोग करता येईल याचं सूक्ष्म निरीक्षण, पेशंट मध्यवर्ती ठेवून मग आजूबाजूचा विचार करण्याची सवय हे सगळं खूप विस्तारानं लिहिण्यासारखं आहे. पण तरीही कमी शब्दसंख्येत जेवढं लिहिता येईल, तेवढं मी लिहिलेलं आहे. असं वाटतं, वाचक समजून घेतील.

◆

। भारतरत्न पंडित भीमसेन जोशी ।

त्या दिवशी सकाळ आणि दुपारची ड्यूटी मला होती. अनाउन्सर स्टुडिओ-शेजारीच म्युझिक स्टुडिओ (जुन्या इमारतीत). मध्ये काचेची भिंत. त्यामुळे आम्हा अनाउन्सरांना शेजारच्या म्युझिक स्टुडिओमध्ये काय चाललंय, हे सर्व दिसायचं. कळायचं! त्या दिवशी विशेष लगबग चालली होती. संगीतकार राम फाटक सारखे इकडून तिकडे येरझारा घालत होते. म्युझिक रूममध्ये वादक कलाकारांची गर्दी आणि मधोमध शांतपणे बसलेले पंडित भीमसेन जोशी असं दृश्य दिसलं. मी मनात म्हटलं, ''चला! आज दिवसभर आपण स्वर्गातच असणार!''

आणि रिहर्सल चालू झाली. कुठल्यातरी अभंगाचं रेकॉर्डिंग त्या दिवशी होतं. बातम्यांच्या मधल्या ब्रेकमध्ये मी माझ्या स्टुडिओबाहेर यायची ते थेट संगीताच्या रेकॉर्डिंग रूममध्ये घुसायची. रिहर्सलमध्येसुद्धा पंडितजींचे ते भारावून टाकणारे स्वर, रामभाऊंचं चाल समजावून सांगणं आणि वादकांची रिहर्सल. मला तर वाटत होतं, आज आपली ड्यूटी करूच नये. इथेच बसावं आणि त्या आनंदसागरात डुंबावं! पण

नाइलाज होता. तो दिवसभर मी अक्षरश: नाइलाजास्तव माझं ट्रान्समिशन पार पाडत होते (मधूनमधून) आणि बाकी वेळ त्या महान गायकानं उभं केलेलं स्वरसाम्राज्य ऐकत होते. पाहत होते. सकाळी नऊला सुरू झालेला तो यज्ञ संध्याकाळी सहा वाजता संपला. पंडितजींनी घड्याळाकडे पाहून अंगठा दाखवला आणि पुढे अमाप प्रसिद्धी मिळालेल्या त्या अभंगाचं ध्वनिमुद्रण समाप्त झालं. तो अभंग होता : 'तीर्थ विठ्ठल, क्षेत्र विठ्ठल!' त्या ध्वनिमुद्रणाची मी प्रत्यक्ष साक्षीदार होते, याचा आजही मला अभिमान वाटतो.

रेडिओच्या नोकरीनं माझ्या पदरात घातलेल्या अनेक मौल्यवान जडजवाहिरांपैकी हे एक रत्न. पुढे ते खरोखरच भारतरत्न झालेही.

पंडितजींचा नंतर बऱ्याच वर्षांनी प्रत्यक्ष परिचय झाला. त्यांच्या घरी जाणं-येणं सुरू झालं. दिलीप ओक गोदरेजचे (लॉकीम) कन्सल्टंट असताना सवाई गंधर्व महोत्सवासाठी प्रायोजक म्हणून 'गोदरेज' ग्रुपनं सहभाग घ्यावा, ही दिलीपची कल्पना. त्यांनी यात पुढे महत्त्वाची भूमिका बजावली आणि गोदरेजनं पुढची आठ वर्षं सवाई गंधर्वचं प्रायोजकत्व स्वीकारलं. पंडित भीमसेन जोशी नावाचा लखलखता तारा प्रत्यक्षात किती जमिनीवर पाय ठेवून उभा आहे, हे त्या वेळी अनुभवायला मिळालं. त्या वेळचे सवाई गंधर्व संगीत महोत्सवाचे सेक्रेटरी प्रसिद्ध कार्डिओलॉजिस्ट डॉ. एस. व्ही. गोखले आणि पंडितजी यांच्याबरोबरच्या मीटिंग्जमुळे पंडितजींचा जवळून परिचय झाला. अनेक कार्यक्रमांना माझीही हजेरी लागायची. पुढे मी रेडिओची नोकरी सोडल्यानंतर बरीच वर्षं उलटली तरीही प्रत्येक भेटीत पंडितजी विचारायचे, 'अजून आकाशवाणीत जाता का?'

काही वर्षं आम्ही दोघंही त्यांच्या वाढदिवसाला नेमानं त्यांच्या घरी जात होतो. त्यांना नमस्कार केला की, एक भलामोठा पेढा हातावर ठेवला जायचा. पुन्हा आकाशवाणीचा उल्लेख व्हायचा. कर्नाटकी मसाला पुरणपोळी खाण्यासाठी आमच्या घरी येण्याचे कितीदातरी वायदे झाले; पण जमलं नाही.

तसे अबोलच... पण नेमकं बोलणारे... 'सत्याग्रही विचारधारा'च्या दिवाळी अंकांसाठी मी त्यांची प्रदीर्घ मुलाखत घेतली, तेव्हा शास्त्रीय संगीतातले खरेखुरे 'भीमसेन' मला दिसले. नाव पूर्णपणे सार्थ करणारे भरदार आवाजाचे पंडितजी शास्त्रीय संगीताबद्दल काय विचार करतात, ते कळून आलं.

समोरचा श्रोता समाधी-अवस्थेत जाणं हे कलाकारांचं जिंकणं असतं. परंतु या जिंकण्यासाठी कलाकार आधी समाधी-अवस्थेत जावा लागतो. जितक्या उत्कटतेनं, आत्म्याच्या गाभ्यापासून जेव्हा एखादी कला प्रकट होते, तितकी ती समोरच्या श्रोत्यांपर्यंत पोचते, श्रोत्यांच्या हृदयापर्यंत जाऊन ती भिडते. पंडितजींच्या गाण्याबाबतीत हा अनुभव नेहमीचाच!

एकदा स्वर लावला की, प्रेक्षकांतला कुणीही मनानं इकडेतिकडे हलणं शक्यच नाही. मग तो अभंग असो, 'मिले सूर तुम्हारा' असो अथवा 'पिया मिलन की आस' असो. कितीही वेळा ऐकलं तरी समाधान न होणं, हा त्यांच्या गाण्याचा महत्त्वाचा गुण. श्रोत्यांना सतत अतृप्त ठेवण्याचं कसब हे अजबच म्हणायचं.

पंडितजींनी स्पष्टपणे सांगितलं होतं, 'मी स्वत: मैफिलीत गात असतो, तेव्हा मला समोरचं कोणीही दिसत नाही.' हीच ती समाधी-अवस्था. गाण्यामध्ये प्रयोग करण्याविषयी ते उत्सुक नव्हते. त्यांचं म्हणणं, प्रयोग फार काळ टिकणारे नसतात.

काही प्रसिद्ध चीजा, प्रसिद्ध अभंग, भजनं यांचं आकर्षण श्रोत्यांना बेफाट असतं. तेव्हा प्रेक्षकांमधून त्याच त्या मागण्या केल्या जातात. इथे पंडितजी संपूर्णपणे प्रेक्षकांच्या बाजूचे होते. त्यांनी सांगितलं, 'प्रेक्षकांमध्ये सगळेच काही अभ्यासक नसतात. त्यामुळे सामान्य प्रेक्षकांना काही नवीन पाहिजे असतं, असं नाही... मग या मागण्या पूर्ण कराव्या की नाही? कारण अभ्यासकांचा दृष्टिकोन वेगळा असतो.'

पंडितजी त्या दिवशी 'अभ्यासक' शब्दावर जरा उखडलेच. 'अभ्यासक म्हणजे काय? चिरफाड करून एखाद्या गोष्टीतला सहज आनंद घालवणं. 'गाण्यातला त्या क्षणांचा आविष्कार आणि त्यातलं परमसुख हे कसं कळणार? कारण कुठल्याही कलेचा सहज आविष्कार हा समोरच्याला सहजपणे आकृष्ट करून घेतो. ज्ञानाच्या कसोट्या आणि चिकित्सेचा तराजू या ठिकाणी विचारात नसतो. म्हणूनच प्रेक्षकांच्या त्याच त्या मागण्यांना पंडितजी कधीही कंटाळले नाहीत. ते म्हणाले, 'मला स्वत:ला ते आवडतं. शेवटी आम्ही कुणासाठी गातो? त्यांच्यासाठीच ना?'

छोट्या प्रमाणात सुरू झालेला सवाई गंधर्व संगीत महोत्सव आज पुण्याची शान बनलाय. प्रचंड भव्य प्रमाणात साजरा होणारा हा संगीतयज्ञ. केवळ 'भीमसेन' नावाच्या एका अवलियाच्या आकर्षणापोटी आपला दर्जा टिकवून आहे. त्या वेळचं रात्रभराचं जागरण सहन करण्यामागे शेवटच्या दिवशीच्या सकाळचं त्यांच्या गाण्याचं भलंमोठं आकर्षण मोह घालायचं. जवळजवळ दहा हजार श्रोत्यांचे कान त्या 'भीमसेना'ला ऐकण्यासाठी टाटकळ्यायचे आणि भलामोठा आनंद उरात साठवून घरचा रस्ता धरायचे.

शास्त्रीय संगीतातला हा राजा माणूस संतवाणीतही तितकाच रमला. संतवाणीत शब्दांना महत्त्व आणि शास्त्रीय संगीतात रागाच्या मांडणीला महत्त्व. पण त्यांनी संतवाणीतसुद्धा तितकेच रंग भरले.

आकाशवाणीत असताना 'तीर्थ विठ्ठल'प्रमाणे इतरही अनेक शास्त्रीय संगीताची ध्वनिमुद्रणं ऐकायला मिळाली. अर्काइव्ह्जसाठी रेकॉर्डिंग असेल, तर पंडितजींचं ध्वनिमुद्रण सकाळी आठ वाजता असायचं. सकाळच्या ड्यूटीच्या वेळी कॉरिडॉरमधून जाताना त्यांचा तो तुडुंब भरलेल्या आभाळासारखा भारून टाकणारा स्वर कानावर

पडला की, नोकरीचं सार्थक झाल्यासारखं वाटायचं. याच महान कलाकाराचा पुढच्या आयुष्यात जवळून परिचय होणार आहे, हे ध्यानीमनीही नव्हतं. पण माझं प्राक्तन जोरदार होतं आणि जवळून घरगुती स्वरूपातले पंडितजी मला पाहायला, ऐकायला मिळाले. अगदी अल्पकाळ का होईना त्यांच्याबरोबर गप्पा मारल्या, त्यांच्या सहस्रचंद्र सोहळ्यातल्या मोजक्या निमंत्रितांमध्ये आमचा सहभाग झाला, याचा अभिमान वाटतो. आमच्या आयुष्यातली ती श्रीमंतीच होती.

आत्ताचा काळ आहे फ्यूजनचा. आधुनिक काळाप्रमाणे आधुनिक विचार हे येतातच. त्यामुळे विशिष्ट घराण्याचा आग्रह दिसून येत नाही. पंडितजींशी हा मुद्दा बोलताना ते म्हणाले होते-

'विशिष्ट घराण्याच्या चौकटी आता पूर्वीइतक्या घट्ट नाहीत. जिकडून जे चांगलं मिळेल, आपल्या गळ्याला जे योग्य वाटेल, ते हल्लीचे विद्यार्थी घेत असतात. ज्याच्याकडे प्रतिभा असते तो विद्यार्थी त्यातून काही स्वतंत्र मांडण्याचा प्रयत्न करतो. पण पूर्वीच्या काळी एखादं विशिष्ट घराणं आवश्यक वाटायचं; कारण घराणं म्हणजे नियम आणि शिस्त. सुरुवातीच्या शिक्षणाच्या वयात, संस्कारशील वयात हे नियम आणि शिस्त आवश्यक आहे, म्हणून घराणं हवं. पूर्वी गुरू आम्हाला इतरांचंही फार ऐकू देत नसत; कारण त्यामागे उद्देश इतकाच असायचा की, संस्कार होण्याच्या वयात, शिक्षण घेण्याच्या वयामध्ये वेगवेगळं ऐकून सरमिसळ होण्याची शक्यता असते. मनाची चलबिचल होते. शिक्षण पूर्ण झाल्यानंतर इतरांचं जरूर ऐकावं!'

फक्त चांगले 'कानसेन' असणारे आम्ही हे सगळं ऐकून भारावलो होतो. सामान्य माणसाच्या आयुष्यात यांच्यासारखे लखलखते तारे दुरून चमकताना दिसतात. ते दुरूनच पाहावे लागतात. परंतु त्यांच्या नुसत्या असण्यानंसुद्धा आपलं जगणं छान होऊन जातं.

माणूस म्हटला की, गुणदोषांसकट तो 'माणूस' म्हणून असतो. पंडितजींच्या 'माणूसपणातही' काही खुपणारे भाग होतेच. त्यांच्या सवयी, त्यांचं कौटुंबिक जीवन हे सगळं वजा करूनही ते एक असे महान कलाकार होते की, श्रोत्यांच्या हृदयाला त्यांनी प्रत्यक्ष स्पर्श केला होता.

कानावर पडताक्षणी अवघं ब्रह्मांड भरून राहिल्याची जाणीव करून देणारा तो अलौकिक स्वर! भरदार आणि मर्दानी असा व्याकूळ करून टाकणारा स्वर! सर्व चराचराला भेदून टाकणारा स्वर आणि समोर असलेल्या श्रोत्यांच्या थेट काळजापर्यंत आरपार जाणारा स्वर! हा स्वर आहे एका भीमसेन नावाच्या चमत्काराचा, हा स्वर आहे सहजसमाधी 'योग' देणारा, भक्तीनं ओथंबलेला आणि अतीव आनंदानं डोळ्यांत पाणी आणणारा!

◆

। पुरुषोत्तम जोशी ।

सुप्रसिद्ध गीतरामायणाच्या मूळ ध्वनिमुद्रिकांमध्ये भारदार आवाजाचे निवेदक म्हणून पुरुषोत्तम जोशींचं नाव फारच गाजलेलं होतं. एखाद्या कार्यक्रमाचा 'निवेदक' इतका प्रसिद्ध व्हावा, ही नवलाची गोष्ट होती. परंतु गीतरामायणाचं ध्वनिमुद्रण जेव्हा पुणे आकाशवाणीवर चालू होतं (तेव्हा आकाशवाणी पुणे केंद्र सेंट्रल बिल्डिंगमध्ये चालू होतं), तेव्हा त्या वेळचे आकाशवाणीचे प्रसिद्ध निवेदक पुरुषोत्तम जोशी (पी. वाय. जोशी) यांनी त्या कार्यक्रमाचं निवेदन केलं होतं आणि कार्यक्रमाला जी धो-धो लोकप्रियता मिळाली, त्यात निवेदनालाही तितकीच मिळाली.

मी स्वत: 'आशा उद्याच्या' या युवकांसाठी असणाऱ्या कार्यक्रमात काम करण्यासाठी रेडिओत जायला लागले, तेव्हा पहिल्यांदा मी त्यांना पाहिलं आणि आवाजासारख्याच भरदार व्यक्तिमत्त्वानं मी भारावून गेले. डोळ्यांवर काळा गॉगल, पॉवरफुल आवाज, कमालीची नेटकी राहणी, स्वत:च्या प्रतिमेला जपण्याची घेतलेली विशेष काळजी आणि काहीसा गूढ आणि आत्ममग्न स्वभाव असं एकंदरीत त्यांचं

पहिलं दर्शन मला झालं.

तेव्हा आकाशवाणी केंद्र शिवाजीनगरला येऊन बरीच वर्षं झाली होती. खाली तळमजल्यावर सगळे स्टुडिओ आणि पहिल्या मजल्यावर सगळ्या निर्मात्यांच्या खोल्या असं एकंदरीत स्वरूप होतं. मी तेव्हा कॉलेज करत होते आणि युववाणीत लिहीत होते. पुरुषोत्तम जोशींनी माझं काही लिखाण रेडिओवरून बहुधा ऐकलेलं असावं. कारण एक दिवस त्यांच्याकडून बोलावणं आलं. मला दडपणच आलं होतं; कारण त्यांचा गूढ स्वभाव! आनंद आहे का दुःख किंवा कौतुक वाटतंय का राग आलाय, यांतलं काहीच चेहऱ्यावर दिसत नसल्यानं मनात काय आहे याचा थांग लागत नसायचा. त्यामुळे भीतभीतच मी त्यांच्या खोलीत गेले. तेव्हा ते नाट्यविभागाचे निर्माते होते. रेडिओची सोमवारची रात्री साडेनऊची नभोनाट्यं हा त्या वेळी श्रोत्यांचा अत्यंत जिव्हाळ्याचा कार्यक्रम होता. उत्तमोत्तम लेखक त्यासाठी नाटकं लिहीत होते. आत्ताच्या मालिकांसारखं त्या वेळी या नभोनाट्यांना ग्लॅमर होतं.

मी खोलीत गेल्यानंतर हातानंच त्यांनी बसायची खूण केली. मी खाली बसल्यानंतर माझ्यापुढे काही नाटकांची स्क्रिप्ट्स ठेवली. ''याचे सिनॉप्सिस लिहायचेत,'' भारदार आवाजात मला त्यांनी सांगितलं. आधी घाबरून मला काही सुचत नव्हतं. त्यात त्यांचं शब्दांची काटकसर करून केलेलं बोलणं. फार फाफटपसारा नाही. 'हे मलाच का? मीच का लिहायचेत,' हे प्रश्न मी मनातल्या मनात स्वतःला विचारत होते. वरचं एकच वाक्य बोलून त्यांनी बोलणं संपवून माझ्याकडे पाहिलं.

नुकतीच युववाणीत प्रशिक्षण घेत असलेली एक काटकुळी लहानखोर अशी कॉलेजला जाणारी माझ्यासारखी मुलगी आणि समोर हा गूढ माणूस रेडिओतल्या 'नाटकां'ची स्क्रिप्ट्स माझ्यापुढे टाकून माझ्या उत्तराची वाट पाहत होता. या प्रसंगाचं मलातर मनातल्या मनात थोडं हसूही येत होतं. आधी 'सिनॉप्सिस'चा मराठी अर्थ मनातल्या मनात लावून टाकला आणि मग त्यांना विचारायचं धाडस केलं– ''सर, मी यापूर्वी हे काम केलेलं नाही.''

''तुम्ही ते कराल, याची मला खात्री आहे.'' संपूर्ण एक वाक्य ते बोलले. ते काम इतकं अवघडही नव्हतं. फक्त त्या विशिष्ट नाटकाचा (नभोनाट्याचा) सारांश लिहिल्यानंतर त्याविषयी आपलं मत मांडायचं होतं. म्हणजे तिथे नाटकाविषयीच्या 'माझ्या' मताला जमेस धरलं जाणार होतं आणि नंतरच ते स्क्रिप्ट स्वीकारलं जाणार होतं.

मी ते काम करत गेले आणि रेडिओसाठी नाट्यलेखन, त्यातले बारकावे आणि मांडणी कळत गेली. माझे प्रत्येक स्क्रिप्टवरचे 'शेरे' वाचून पी. वाय. जोशी दाद देत असत आणि मला प्रोत्साहन मिळत असे. त्यांच्या आग्रहाखातर मी नंतर माझं स्वतंत्र नभोनाट्य लिहिलं– 'अंधारयात्रा'. वय होतं वीस वर्ष. त्यात त्यांनी स्वतः

प्रमुख भूमिका केली होती. मी बऱ्यापैकी लिहू शकते, हा विश्वास पी. वाय. जोशींनी मला दिला. त्या वेळचा नभोनाट्यासारखा प्रसिद्ध आणि श्रोत्यांच्या जिव्हाळ्याचा कार्यक्रम आणि त्यात मी नाटक लिहिणं ही माझ्यासाठी स्वप्नवत् गोष्ट होती. पण पी. वाय. जोशी यांनी ही मोठी संधी मला दिली. मीही त्या संधीचा चांगला उपयोग केला. कारण मी भरपूर वाचत होते, लिहीतही होते; पण माझ्या लिखाणावर योग्य ती मोहोर अजून उमटायची होती. पुरुषोत्तम जोशी यांनी माझ्यासारख्या कोणतंच ग्लॅमर नसलेल्या मुलीचं केवळ लिखाण पाहून ती मोहोर उमटवली.

'अंधारयात्रा' प्रसारित झालं. दुसऱ्या दिवशी मी ऑफिसमध्ये गेल्यानंतर ज्योत्स्नाबाई देवधर भेटल्या. त्यांनी मला चक्क मिठी मारली आणि म्हणाल्या, ''किती छान लिहिलंस गं! तू म्हणजे आम्हाला एवढीशी वाटत होतीस.''

याचं संपूर्ण श्रेय पी. वाय. जोशी यांना! त्यांनी मला लिहितं केलं. आत्तापर्यंत लेखिका म्हणून जो माझा थोडाफार प्रवास झाला, त्या प्रवासातले पी. वाय. जोशी आणि उषा पागे हे दोन प्रमुख वाटाडे म्हणावे लागतील.

पी. वाय. जोशी यांचं एकंदरीत व्यक्तिमत्त्व हे पूर्णपणे ठरावीक मापात बेतलेलं होतं. ठरावीक पोशाख, डोळ्यांवर बहुतेक वेळा गॉगल, धीरगंभीर आवाज, आधी समोरच्या माणसाला जोखणार मग नंतर बोलणार, सारखा चहा पिणार आणि सतत स्वत:भोवती काहीतरी गूढ वलय उभं करणार.

हे सगळं भेदून एखादा माणूस त्यांच्या जवळ जाणं म्हणजे अवघडच होतं. तसं त्यांच्या बरोबर काम करणाऱ्या इतर अधिकाऱ्यांबरोबर त्यांचं चहापाणी चालायचं; पण एकंदरीत 'इतरांसाठी' शिष्ट म्हणण्यासारखी वागणूक होती. यथावकाश पदवी मिळवल्यानंतर रीतसर परीक्षा वगैरे देऊन मी अनाउन्सर म्हणून काम करायला लागले. पी. वाय. जोशी अनाउन्सरांच्या विभागाचे साहेब होते. त्यामुळे त्यांच्याशी सतत संपर्क येत राहिला. 'अंधारयात्रा'नंतर मी तीन नाटकं रेडिओसाठी लिहिली. रवीन्द्रनाथ टागोरांची अनुवादित नाटकं लिहिली. नाटकासंबंधी काम असेल, तर 'अनाउन्समेंट'च्या पेपराला चिकटवलेली त्यांची चिट्ठी यायची. हिरव्या शाईतला उंच अक्षरांतला तो निरोप आणि खाली ठरावीक मोठा P काढलेली शैलीदार सही. अजून आठवतेय.

पी. वाय. जोशी हे स्वत: निर्माता होते. पण स्टेशन डायरेक्टरप्रमाणे रेडिओत त्यांचा आब होता. त्यांच्याविषयी टोकाची दोन मतं होती. त्यांचं खासगी आयुष्य, जे कधीच कुणाला कळलं नाही. तसंच स्वभावातली गूढता अनेकांना खुपायची. तरीही त्यांचा काहीतरी दरारा होता, हे निश्चित. माझ्या बाबतीत म्हणायचं झालं, तर त्यांनी माझ्यात आत्मविश्वास रुजवला. घरी वा ऑफिसमध्ये काही अडचणी निर्माण झाल्या की, बिनदिक्कतपणे मी त्यांना सांगत असे. त्या लहान वयात

उषासारखाच मला त्यांचा आधार वाटायचा. मी नोकरी सोडायचा निर्णय घेतला, तेव्हा मला बोलावून घेऊन ते म्हणाले, ''लिखाण सोडू नको, लिहीत रहा. तुमच्यात ते पोटेन्शिअल आहे.''

पुढच्या आयुष्यात मोठमोठे कार्यक्रम लिहिले, रंगमंचावर अभिवाचन केलं– अनुवादित पुस्तकं प्रकाशित झाली. प्रत्येक वेळी माझ्या एकोणीस-विसाव्या वर्षातले पी.वाय. मला आठवत राहिले. अजूनही त्यांची कामातली शिस्त आठवते आणि सुरेख आवाज आठवतो.

आपलं लिखाण साध्यासुध्या माध्यमातून सुरू करून पुढे जाण्याऐवजी एकदम आपली सुरुवातच मुळी नावाजलेल्या आणि लिखाणासाठी योग्य ती मोजपट्टी असलेल्या दर्जेदार माध्यमातून होणं, हे माझं भाग्य होतं. पुरुषोत्तम जोशी रेडिओतल्या नाट्यविभागाचे निर्मिते होते. शिवाय अनेक नभोनाट्यांतून त्यांनी भूमिकाही साकारल्या होत्या. ऑडिओ माध्यमात नाटकं सादर करणं हे खूपच आव्हानात्मक असतं. फक्त शब्दांच्या माध्यमातून संपूर्ण प्रसंग श्रोत्यांच्या डोळ्यांसमोर उभा करणं हे प्रचंड कौशल्याचं काम. त्या प्रसंगानुरूप वापरायचे इफेक्ट्स, पार्श्वसंगीत तसंच शब्दांची फेक हे नभोनाट्य प्रकारातले महत्त्वाचे पैलू. शिवाय आवाजाची जात, टोनिंग, सहजता, परिणामकारकता या बाबी ठळकपणे विचारात घेतल्या जातात. पुरुषोत्तम जोशींची या सर्वांवर हुकमत होती. अनेक उत्तमोत्तम नाटकं त्यांनी रेडिओवर सादर केली. त्यांचं 'वाटसरू' नाटक अजून इतक्या वर्षांनीही प्रेक्षकांना आवडतं.

नाटक विभागाचे ते निर्मिते होते, तसंच आम्हा अनाउन्सरांचा विभागही त्यांच्याकडे होता. अगदी रेडिओवर कसं बोलायचं वगैरे त्यांनी सांगितलं नसलं, तरी एखादीच सूचना ते जाताजाता देऊन जायचे. ऑडिओ माध्यमात 'पॉज'ला अत्यंत महत्त्व आहे. एका सेकंदाचा पॉजसुद्धा भल्यामोठ्या पोकळीसारखा वाटतो, हे सत्य आहे. त्यामुळे 'पॉज'ला जपा, असं ते सांगायचे.

आपण ज्या क्षेत्रात काम करतो, त्या क्षेत्रातला निष्णात माणूस जर आपला बॉस असेल, तर ते आपलं चांगलं नशीब समजावं. 'बोलण्या'च्या क्षेत्रात मी काम करत होते. रेडिओसारख्या माध्यमात सहज बोलण्याला अत्यंत महत्त्व आहे. नाटकी बोलणं पूर्णपणे वर्ज्य असल्यानं सहज बोलणंसुद्धा किती अवघड असतं, हे रेडिओमध्ये कळलं. त्यातून पुरुषोत्तम जोशींसारखा बॉस. त्यामुळे बोलण्यातली मेख कळली. निवेदनात आकर्षकता कशी आणावी, हे कळलं.

तसं पाहिलं तर आत्ताच्या खासगी रेडिओ चॅनलवरचं अतिसहज बोलणं सरकारी रेडिओवर नाही. पण त्या निवेदनातसुद्धा एक लय आहे. खासगी चॅनलवरचं जणूकाय एकमेकांना टाळ्या देत असल्यासारखं बोलणं काही वेळा बाष्फळतेकडे झुकतं. पी. वाय. जोशी आता असते, तर कदाचित ते या वातावरणात रमू शकले

नसते. माझ्या आसपास व्यंकटेश माडगूळकर, ज्योत्स्ना देवधरांसारखे लेखक वावरत होते. रामभाऊ फाटक आणि मधुकर गोळवलकरांसारखे निष्णात संगीततज्ज्ञ काम करत होते. मंदाकिनी पांडे यांच्यासारखी त्या वेळची प्रसिद्ध गायिका माझ्याबरोबर अनाउन्सर म्हणून काम करत होती आणि गीतरामायणाचे प्रसिद्ध निवेदक पुरुषोत्तम जोशी हे आम्हा अनाउन्सरांचे बॉस होते.

आणखीन भाग्य ते कुठलं? मी नोकरी सोडल्यानंतर मध्ये बराच काळ गेला. पी. वाय. जोशी खूप आजारी आहेत, कळलं होतं. त्यांना भेटायला जाण्यापूर्वीच त्यांच्या मृत्यूची बातमी कळली. त्यांचा तो निष्प्राण देह पाहिल्यानंतर बरंच काही आठवलं. आत्तापर्यंतच्या आयुष्यात पदरात पडलेल्या काही मोजक्या अमूल्य गोष्टींपैकी 'लिहीत रहा' म्हणणारे पी. वाय. जोशी ही महत्त्वाची देणगी मानते मी!

◆

आम्ही 'अत्रे नावाचं वादळ' कार्यक्रम करत होतो. मुंबई-इंदूर तसंच महाराष्ट्रात इतरत्र कार्यक्रम चालू होते. संहितालेखन माझं आणि माझ्याबरोबर शैला मुकुंद आणि दिलीप ओक यांचा सहभाग होता. साधारण एकोणीसशे अठ्याण्णव-नव्याण्णवच्या सुमारास अत्रे यांच्या जन्मशताब्दीच्या अनुषंगानं अलूरकरांनी त्यांच्यावर आठ कॅसेट्स काढायचा मोठा प्रकल्प हाती घ्यायचं ठरवलं. तोपर्यंत सुरेश अलूरकरांची आणि माझी काहीही ओळख नव्हती.

शैला मुकुंद आणि वि. भा. देशपांडे यांच्याबरोबर त्यांनी बोलणी सुरू केली होती. 'अष्टपैलू अत्रे' असं या प्रकल्पाचं नाव ठरलं होतं. 'अत्रे नावाचं वादळ' कार्यक्रमासंदर्भात माझं नाव पुढे आलं आणि शैलानं मला फोन करून त्यांच्या ऑफिसमध्ये बोलावलं. कर्वे रस्त्यावरच्या त्यांच्या दुकानामागे स्वप्ननगरी सोसायटीत एका फ्लॅटमध्ये त्यांचं ऑफिस आणि स्टुडिओ होता. प्रचंड अडचणीची जागा, सामानाची गर्दी आणि एकंदरीतच सगळं अस्ताव्यस्त काम... असं ते पहिलं दर्शन

मला झालं. परिचय झाल्यानंतर कामाचं स्वरूप लक्षात आलं आणि हळूहळू 'अलूरकर' कळायला लागले. अतिशय ऋजू स्वभाव, चांगल्यापैकी नेटवर्किंग आणि एकदा का एकावर काम सोपवलं की, पूर्णपणे विश्वास टाकण्याची त्यांची वृत्ती. अत्रे यांच्या विविध पैलूंवर आठ कॅसेट म्हणजे अत्र्यांचे अग्रलेख, विनोदी भाषणे, काव्य, नाटकं, चित्रपट, त्यांचे मृत्युलेख इत्यादी विषय गृहीत होते. त्यातला काव्याचा भाग शैला मुकुंद सांभाळणार आणि इतर गद्य भाग वि. भा. देशपांडे आणि मी सांभाळणार, असं आपोआप ठरत गेलं. या सर्वांसाठी मोठमोठ्या दिग्गज कलाकारांचे आवाज वापरायचे ठरलं होतं. अलूरकरांच्या उत्तम संबंधांमुळे दिलीप प्रभावळकर, मोहन जोशी, विक्रम गोखले, प्रभाकर पणशीकर, राजा गोसावी, विनय आपटे, यशवंत दत्त, चंद्रकांत काळे तसंच श्रीकांत मोघे यांच्या आवाजात रेकॉर्डिंग करण्याचं ठरलं. पुढे वि. भा. देशपांडे बरेच व्यस्त असल्यानं आपोआप माझ्यावर जबाबदारी आली आणि अलूरकरांची एक छानशी बाजू माझ्या नजरेसमोर आली. 'काव्य' हा भाग वगळता जवळजवळ इतर सर्व भागांची निवड-संपादन तसंच करताना त्यांनी माझ्यावर जो विश्वास टाकला, तो कौतुकास्पद होता. माझ्या कुठल्याच निवडीत त्यांनी कधीही ढवळाढवळ केली नाही. कुठल्या लेखासाठी कुणाचा आवाज वापरायचा इथंपासून ते त्या विशिष्ट व्यक्तींचं रेकॉर्डिंग करणं यात अलूरकर फक्त ऐकण्यासाठी असत. इतका संपूर्ण विश्वास त्यांनी माझ्यावर टाकला होता. तो विश्वास टाकल्यामुळे मलाही काम करणं सोपं गेलं. आत्मविश्वास आला. श्री. रामटेके म्हणून त्यांचे रेकॉर्डिस्ट होते. जवळजवळ तीन महिने रामटेके आणि मी दिवसदिवस काम करत होतो. कधीकधी रात्री उशिरापर्यंत काम चालायचं. प्रत्येक 'सेलिब्रिटी' कलाकाराच्या वेळेनुसार ही सर्व रेकॉर्डिंग्ज पार पडली. अलूरकर स्वत: बाहेर जाऊन खाण्याचं घेऊन यायचे आणि मधूनमधून कामाची पाहणी करायचे.

मला आश्चर्य वाटायचं, हे सर्व मोठे कलाकार केवळ अलूरकरांच्या शब्दाखातर मुंबईहून येऊन रेकॉर्डिंग करायचे. माझ्यासारख्या 'वलय' नसलेल्या स्त्रीच्या सर्व सूचना पाळून माझ्यावरही विश्वास टाकून मला पाहिजे तसं वाचन करायचे.

दिलीप प्रभावळकर, मोहन जोशी यांचा आवर्जून उल्लेख करावासा वाटतो. प्रत्येक जण आपल्या 'सेलिब्रिटी'पणाची झूल बाहेर टाकून त्या विलक्षण अडचणीच्या आणि अडगळीच्या जागेत येत होता. त्याला कारणीभूत होता अलूरकरांचा स्वभाव.

संगीताचा अस्सल कान आणि संगीताची जाण, त्याची खोलवरची माहिती, साहित्यातली प्रगल्भ रुची, वाचन आणि एकूणच सांस्कृतिक क्षेत्रातला त्यांचा वावर या त्यांच्या व्यक्तिमत्त्वातल्या ठळक गोष्टी. 'वाचन' हा आमच्यातला समान दुवा असल्यानं भरपूर गप्पा व्हायच्या. 'दिलीपकुमार' हा अभिनेता प्रचंड लाडका आणि

लता मंगेशकर हा त्यांच्या जिवातला प्राणसूर...

त्यांच्या व्यावसायिक घडामोडी, आर्थिक बाबी किंवा खासगी आयुष्य या बाबतींत चार हात दूर असल्यानं फक्त कामाच्या वेळी 'समोर असणारे अलूरकर' एवढंच मी पाहत होते आणि त्या बाबतींत एक मृदू व्यक्तिमत्त्व, कितीही चेष्टा केली तरी न रागावणं या ठळक बाबी माझ्या लक्षात येत होत्या.

तसं पाहता पु.लं.वर रेडिओवर कार्यक्रम केला, तेव्हा अलूरकरांकडे असलेल्या 'असा मी असामी' या कॅसेटमधले काही अंश मला एकत्रित रेकॉर्ड करून पाहिजे होते. अलूरकरांना हे सांगितलं आणि क्षणाचाही विलंब न लावता त्यांनी ते काम करून दिलं होतं. 'असा मी असामी' बरोबरीनं रावसाहेब, म्हैस इत्यादी कॅसेट्समधलेही अंश त्यांनी आपणहून दिले. तेव्हा तर माझी त्यांच्याशी ओळखही नव्हती. पण कुणालाही 'नाही' म्हणणं त्यांच्या स्वभावातच नव्हतं.

कर्वेरोडवरचं 'अलूरकर म्युझिक हाऊस' ही पुण्याची एक ओळख होती. लोक दुकानात येऊन आरामशीरपणानं कॅसेट्स हाताळत असत. फॉरेनहून येणारी आपली (भारतीय) माणसं आवर्जून त्यांच्या दुकानाला भेट दिल्याशिवाय जायची नाहीत. अलूरकर नेहमीच्या उत्साहानं गिऱ्हाइकांनी काय घ्यावं, काय नवीन आलंय, याची माहिती देत असत. दुकानामध्ये असलेल्या इमारतीतला त्यांचा स्टुडिओ, तिथला पसारा, गोंधळ आणि अडचण या गोष्टी काही वेळा त्रासदायक वाटत. पण अलूरकरांचा स्वभाव या सगळ्यावर मात करीत असे. तेवढ्या अडचणीतसुद्धा मोठमोठे गायक कलाकार, अभिनेते, वादककलाकार हे सगळे जण यथेच्छ गप्पा मारत बसायचे. 'अष्टपैलू अत्रे'च्या निर्मितीच्या वेळी यशवंत दत्त, राजा गोसावी, प्रभाकर पणशीकर यांनी सांगितलेले एकेक किस्से, आठवणी म्हणजे एक खजिना होता.

तेवढ्या अडचणीतच चहा, खाणंपिणं व्हायचं आणि मग रेकॉर्डिंग व्हायचं. रेकॉर्डिंगला वेळ होतोय, ताटकळणं होतंय, असं कधी वाटलंच नाही; इतकं सळसळतं वातावरण असायचं. या सगळ्या कसलेल्या अभिनेत्यांचं 'मी' रेकॉर्डिंग केलंय, हे अजूनही खरं वाटत नाही. त्यातल्या दिलीप प्रभावळकरांच्या स्वभावातली पराकोटीची सभ्यता मला चकित करून गेली होती. प्रभावळकरांना अत्र्यांची विनोदी भाषणं दिली होती. ते रेकॉर्डिंगपूर्वी मला म्हणाले, 'तुम्हाला कसा टोन पाहिजे, ते सांगा हं'... या त्यांच्या बोलण्यावर मीच खजील झाले. एवढ्या मोठ्या उत्स्फूर्त अभिनेत्याला मी काय सांगणार होते? पण तो त्यांच्या मनाचा मोठेपणा होता. अलूरकरांनी माणसांना जोडून ठेवलं होतं, हे निश्चित.

पुढच्या काळात 'अभिजात' हा विविध भारतीसाठी स्पॉन्सर्ड कार्यक्रम त्यांनी तयार करायचं ठरवलं. सुधीर मोघे यांचं स्क्रिप्ट, माझा आवाज आणि त्यांची निर्मिती

असं ठरलं. त्या वेळी चित्रपट संगीतातलं त्यांचं सखोल ज्ञान मला अक्षरश: स्तिमित करून गेलं. लताबाईंच्या आवाजातले दुर्मिळांतले दुर्मिळ माणिकमोती त्यांनी यामध्ये पेश केले. सुधीर मोघ्यांचं रसाळ निवेदन त्यासाठी चपखल बसलं आणि एक खरोखरच 'अभिजात' कार्यक्रम श्रोत्यांना ऐकायला मिळाला. एका जन्मठेप झालेल्या कैद्याचं तुरुंगातून या कार्यक्रमाविषयी खूप हृद्य असं पत्र आलं होतं.

शास्त्रीय संगीताची त्यांची सखोल जाण त्यांच्या व्यवसायासाठी त्यांनी जाणीवपूर्वक वापरली. मोठमोठे गायक-वादक यांचा त्यांच्याकडे असलेला राबता आणि त्यांच्या गप्पा ही माझ्यासारखीला मेजवानी असायची. त्यांचा मित्रपरिवारसुद्धा या बाबतीत काहीतरी हटके करणाराच होता. याचं एक उदाहरण म्हणजे त्यांच्या एका मित्रानं मुलाच्या लग्नात अहेर म्हणून सी. रामचंद्र यांचं संगीत असलेल्या गाण्यांच्या कॅसेट्स भेट म्हणून वाटल्या होत्या. अलूरकरांनीच त्या तयार केल्या. पुन्हा एकदा सुधीर मोघ्यांचं निवेदन आणि आवाज माझा हे जुळून आलं. ही कल्पनाच मला निराळी वाटली. गाण्यांची निवड अर्थातच अलूरकरांचीच होती.

शास्त्रीय संगीत, चित्रपट संगीत, साहित्य अशी चौफेर पॅशन असलेले अलूरकर शालेय विद्यार्थ्यांसाठी ऑडिओ कॅसेट्सही तितक्याच आत्मीयतेनं काढत होते.

गाण्यातल्या दर्दी मंडळींसाठी अलूरकरांचं दुकान म्हणजे नुसतं दुकान नव्हतं; तर अलूरकरांची उत्तम निवड, शिवाय त्यांनी आग्रह करून एखादी दुर्मिळ ध्वनिमुद्रिका घ्यायला लावणे, हा कौतुकाचा भागही होता.

नंतरनंतर दिलीप ओकांशीही त्यांचं मैत्र जमलं. साहित्य-संगीत या विषयावरच्या गप्पा रंगू लागल्या. स्वत:च्या खासगी आयुष्याविषयी चकार शब्दही न काढणारा हा मृदू माणूस कुठेतरी हरवलेला होता, हे निश्चित.

पु.लं.च्या बटाट्याच्या चाळीचे ऑडिओ हक्क मिळाल्यानंतर पुन्हा एकदा त्याच्या निवेदनाच्या संपादनासाठी मी त्यांच्याकडे काम केलं. रेकॉर्डिस्ट रामटेके, अलूरकर आणि मी अनेक वेळा विविध विषयांवर गप्पा मारत बसायचो.

'विश्ववामा' या शैला मुकुंदनिर्मित कार्यक्रमाची कॅसेटही अलूरकरांनी काढली होती. निराळा विषय म्हटला की, फायद्यातोट्याचा अजिबात विचार न करता त्यांनी त्या कॅसेट्स काढल्या.

शैलामुळे माझी त्यांच्याशी ओळख झाली आणि विविध कार्यक्रमांवर काम करताकरता माझ्यासमोर ते जसे दिसले, ते अलूरकर म्हणजे एक शांत असं व्यक्तिमत्त्व म्हणूनच मी पाहिलं. त्यांच्या ऑफिसमधली ती अडगळ, बेशिस्ती आणि एकूणच सगळा भोंगळ कारभार पाहता हे असं कसं... पण व्यक्ती म्हणून ते फारच मवाळ असल्यानं, शिवाय व्यासंगी असल्यानं सगळं सोपं जायचं.

काही काळानंतर काम कमी झालं, जाणं-येणं कमी झालं आणि अचानक

धाड्कन टी.व्ही.वर बातमी झळकली की, अलूरकर म्युझिक हाऊसचे सुरेश अलूरकर यांचा निर्घृण खून!

इतक्या मृदू माणसाचं कुणाशी वैर असेल? पैशाचे व्यवहार? काहीच माहीत नव्हतं. आपल्या स्वतःच्या बाजूकडे समोरच्या माणसाची जी बाजू असते, तेवढीच आपल्याला माहीत असते. आरपार तो मनुष्य माहीत होतोच, असं नाही. त्यांचा खून का झाला, याही प्रश्नाचा निकाल लागलाच नाही. एक अनुत्तरित प्रश्नचिन्ह मागे ठेवून हा रसिक माणूस अशा पद्धतीनं जावा, याबद्दल हळहळ मात्र वाटते.

◆

काही माणसं भेटतात थोडीशी; परंतु मनात मात्र कायमची वसतीला राहतात. मी आकाशवाणीत नोकरीला लागले, तेव्हा 'माणदेशी माणसं' आणि 'बनगरवाडी' ही व्यंकटेश माडगूळकरांची दोन पुस्तकं घराघरांत पोचली होती. सगळ्या व्यक्तिरेखांनी प्रत्येकाच्या मनात घर केलेलं होतं. माझ्या घरात तर मी आणि माझी भावंडं त्यांचं अगदी सामूहिक वाचन करत होतो. त्या विशीच्या वयात लेखकाचा मोठेपणा आतपर्यंत जाणवण्याइतकी माझ्यात परिपक्वता नव्हती; परंतु या व्यक्तिरेखांनी, त्या भाषेनं वेडं केलं होतं खास!

आकाशवाणीत नोकरीला लागले. तिथे आधीच कार्यरत असलेले मोठे साहित्यिक हे मला आता रोज भेटणार, बघायला मिळणार, याचं प्रचंड अप्रूप वाटत होतं. त्या वयात आवडणाऱ्या पुस्तकांचे सगळेच लेखक आपले आवडते होऊन जातात. गो. नि. दांडेकर, श्री. ना. पेंडसे, अरविंद गोखले, व्यंकटेश माडगूळकर, पु. ल. देशपांडे, आचार्य अत्रे इ. लेखक हे मनामध्ये जास्त ठसले होते. वयाच्या वाढीनुसार

वाढत जाणाऱ्या परिपक्वतेनुसार, वाढत जाणाऱ्या वाचनानुसार एखाद्या लेखकाच्या शैलीच्या आपण प्रेमात पडतो. आणि मग काहीच लेखक आपले जास्त आवडीचे होऊन जातात. व्यंकटेश माडगूळकर ऊर्फ तात्या माडगूळकर हे असेच माझ्या प्रिय लेखकांमधले पहिल्या स्थानावरचे लेखक. त्याविषयी पुढे सविस्तर येईलच.

तर आकाशवाणीत नोकरीला लागल्यानंतर आजूबाजूच्या वातावरणामुळे भारावलेपण वगैरे यथासांग आलं होतंच. सतत 'ताजंतवानं काहीतरी घडणं' तिथं चालू असल्यानं माझ्यासारख्या तरुण मुलीला ते वातावरण कोणतीतरी नवीन ऊर्जा देत होतं, हे निश्चित.

अजूनही व्यंकटेश माडगूळकरांचं दर्शन झालं नव्हतं. एक दिवस ड्यूटीसाठी ऑफिसच्या गेटमधून आत शिरतानाच ते तिथे उभे असलेले दिसले. ते त्यांचं पहिलं सुभग दर्शन. 'माणदेशी माणसं' लिहिणारा माणूस इतका परिपूर्ण 'शहरी' वळणात पाहायला मिळेल, असं वाटलं नव्हतं. टाय लावलेला, उत्तम पोषाखातला हा देखणा माणूस खेडेगाव इतकं कसं जिवंत करत असेल, हा मला पडलेला पहिला प्रश्न.

गोरापान वर्ण, उंचीपुरी देहयष्टी, कुरळे केस, बारीक डोळे आणि 'आत्ममग्न' असे चेहऱ्यावरचे भाव. रस्त्यावरच्या रहदारीकडे तंद्री लावून ते पाहत होते. आजूबाजूच्या जगाचं त्यांना काडीमात्र भान नव्हतं. ऑफिसमध्ये आल्यानंतर श्रीराम मांडे यांना मी म्हटलं, ''व्यंकटेश माडगूळकर हे फार अलिप्त वाटतात ना?'' मांडे म्हणाले, ''तात्या ना... अहो ते फक्त देहानं आपल्यासमोर असतात; बाकी ते मनातून काय पाहत असतील, कोण जाणे?'' श्रीराम मांडे म्हणजे पूर्णपणे तात्याभक्त!

मनाला डोळे असणारा माणूसच माणसातले बारीकसारीक बारकावे टिपत असावा आणि त्या माणसाला जिवंत करीत असावा, हे मनोमन पटलं. दर्शन तर झालं होतं. आता प्रत्यक्ष भेट व्हायची होती. आमच्या शिफ्ट्स असल्यानं ही मंडळी वारंवार भेटत नसत. पण मी तेव्हाही थोडंफार लिहीत असल्यानं इतर वेळीही ऑफिसमध्ये जाणंयेणं व्हायचं.

त्या वेळी श्रोत्यांच्या पत्रांना उत्तर देण्याचा 'लोभ असावा' हा कार्यक्रम मी लिहीत असे. स्क्रिप्ट तपासण्यासाठी टॉक सेक्शनकडे जायचं. टॉक सेक्शन तेव्हा तात्यांकडे होतं. एक दिवस आमचे बॉस पी. वाय. जोशी यांनी मला बोलावून माझं ते 'लोभ असावा'चं स्क्रिप्ट माझ्यासमोर ठेवलं आणि म्हणाले, 'बघा जरा!' भीतीनं ब्रह्मांड आठवलं. एवढ्या मोठ्या लेखकाकडे आपलं स्क्रिप्ट तपासायला गेलं होतं. काय झालं असेल. संकोच, लाज आणि इतर बऱ्याच भावना मनात गर्दी करत होत्या. पी.वाय. म्हणाले, 'अहो बघा ना!' मी हळूच स्क्रिप्ट हातात घेतलं आणि पाहिलं तर आनंदानं काही सुधरेचना. 'वेल रिटन स्क्रिप्ट' म्हणून तात्यांचा शेरा होता. पी. वाय. जोशींच्या पलीकडे असलेल्या खोलीत तात्या बसायचे. पट्कन

कुठल्याही मोठ्या माणसासमोर धाड्कन जायचा माझा स्वभाव नसूनही मी तडक तात्यांच्या खोलीत शिरले आणि त्यांना 'थँक्स' म्हणाले. ते नेहमीप्रमाणे 'दुसरीकडेच' होते. पण नंतर म्हणाले, 'कशाबद्दल थँक्स?' मी स्क्रिप्टबद्दल सांगितलं. खरं म्हणजे पत्रोत्तराच्या कार्यक्रमाचं स्क्रिप्ट. अगदी आक्षानात्मक असं काहीच नव्हतं, तरीही त्यांनी असा शेरा दिला होता, याचं मला आश्चर्यही वाटत होतं. मी त्यांना म्हणाले, ''पत्रोत्तरासारख्या लिखाणाला...'' पण मला पुढे बोलू न देता तेच पुढे म्हणाले, ''अहो, साधंसरळ पण थेट भिडणारं असं लिहिणं जमलं पाहिजे. आणि ते तुम्हाला जमलंय.'' एरवी कमीत कमी बोलणारे तात्या ऊर्फ व्यंकटेश माडगूळकर एवढी दोन पूर्ण वाक्यं माझ्याशी मनमोकळेपणानं बोलले, यातच मला भरपूर आनंद झाला.

जातायेता गाठ पडत होती. पण अर्थातच ओळखीचं हसू, नमस्कार, बोलणं, समोरच्या माणसाची दखल घेणं यापासून तात्या फारच लांब होते. खोलीसमोरच्या व्हरांड्यातून बाहेर पाहत राहणं, क्वचित पी. वाय. जोशी, ज्योत्स्ना देवधर यांच्या खोलीत, शेजारच्या आरामखुर्चीत डोळे मिटून आराम करणं किंवा भर रहदारीच्या चौकात नुसतंच कुठेतरी बघत तंद्री लावणं, याच त्यांच्या अवस्था मी बहुतेक वेळा पाहिल्या होत्या. क्वचित कधीतरी ते गप्पा मारताना दिसायचे. पण एकंदरीत स्वभाव अलिप्त... आत्ममग्न! ऑफिसमध्ये एकंदरीत किती जणांची आडनावं त्यांना माहीत होती, याबद्दल शंकाच आहे.

पुणे रेडिओ केंद्राला पंचवीस वर्षं झाली म्हणून रौप्यमहोत्सवी वर्ष साजरं करायचं, असा फतवा निघाला होता. त्या वेळी प्रत्येक विभागानं काहीतरी विशेष कार्यक्रम करायचा, असं ठरलं होतं. त्या प्रत्येक विभागाला एकेक अनाउन्सर त्या विशेष कार्यक्रमासाठी असिस्टंट म्हणून नेमण्यात आला होता. तात्या तेव्हा भाषण आणि ग्रामीण विभाग सांभाळत होते. रौप्यमहोत्सव कार्यक्रमासाठी तात्यांच्या विभागासाठी मदतनीस अनाउन्सर म्हणून माझ्याकडे काम आलं होतं.

तांत्रिक गोष्टी म्हणजे रेकॉर्डिंग करणं वगैरे फारसं त्यांच्या आवडीचं काम नव्हतं. एक दिवस कुणातरी मोठ्या व्यक्तीचं भाषण ठरलेलं होतं. रेकॉर्डिंग मीच करणार होते. पण तात्या रेकॉर्डिंग रूममध्ये हजर होते. पहिली सगळी सव्यापसव्यं झाल्यानंतर आता रेकॉर्डिंगला सुरुवात करायची म्हणून मी त्या व्यक्तीला समजावून सांगितलं की, हा समोरचा लाल दिवा लागला की, तुम्ही वाचायला सुरुवात करा. ते गृहस्थ (नाव आठवत नाही) बरेच घाबरलेले होते. स्टुडिओमधला लाल दिवा हा भल्याभल्यांना घाबरवून सोडतो, हे आत्तापर्यंतच्या अनुभवावरून मला चांगलंच परिचयाचं झालं होतं. सूचना देऊन झाल्यानंतर मी रेकॉर्डिंग रूममध्ये येऊन घड्याळाकडे पाहून ठरावीक वेळेला रेकॉर्डर सुरू केला. मधल्या काचेतून त्या गृहस्थांना खूण करून लाल दिवा लावला. ते गृहस्थ आता बोलतील, मग

बोलतील, म्हणून मी वाट पाहत होते. तात्यांनी तंद्रीत डोळे मिटून घेतले होते. पण ते गृहस्थ बोलायला तयारच होईनात. मी रेकॉर्डर बंद केला आणि त्यांच्या रूममध्ये जाऊन त्यांना पुन्हा सगळ्या सूचना दिल्या. असं साधारण पाच-दहा मिनिटं आमचं चाललं होतं. त्या गृहस्थांना खूपच दडपण आलं होतं. साधारण दहा मिनिटांनी तात्या तंद्रीतून जागे झाले आणि घाईघाईने त्यांनी मला विचारलं, 'झालं का?' मी हसतच तात्यांना सांगितलं, 'ते खूप घाबरलेत.' तात्या गडबडीनं म्हणाले, 'असं आहे होय? मग मला आता वाटतंय की, तुम्हीच हे वाचावं.... कशाला उगाच आपला वेळ घालवावा... नाही का?' मी हो म्हटलं. पुढचं ठरलेलं रेकॉर्डिंग रद्द केलं. तात्या त्या गृहस्थांना घेऊन बाहेर गेले. पुढे यथावकाश माझ्या आवाजात मी ते रेकॉर्डिंग पूर्ण केलं...

नंतर तात्या एवढंच म्हणाले, ''मोठी माणसं सगळीकडेच मोठी नसतात.'' त्यांचं नेहमीचं कमीत कमी शब्दांतलं पण अर्थपूर्ण वाक्य...

'करुणाष्टक' प्रसिद्ध झालं, तेव्हाची गोष्ट! आम्ही ठरलेले तात्यांच्या लिखाणाचे परमभक्त एकत्र येऊन सतत करुणाष्टकावर बोलत असायचो. एकदा श्रीराम मांडे तात्यांच्या खोलीतून येऊन खाली आले. मांडे उत्तम नकलाकार. चेहऱ्यावर काहीही न दर्शविता एकदम त्या विशिष्ट व्यक्तीची नक्कल हुबेहूब करायचे. काही क्षणांनी आमच्या लक्षात यायचं की, अरेच्चा! अमुक माणसाची नक्कल चाललीय. तर त्या दिवशी खाली आले... मला म्हणाले. ''बाई माणसानं इतकं निर्लेप असावं? कौतुकसुद्धा इतकं निर्लेप वृत्तीनं शांत राहून स्वीकारावं? मी आता वरती गेलो बघा. 'करुणाष्टक'बद्दल साष्टांग नमस्कार घालूनच मला सांगायचं होतं.

''मी त्यांना म्हटलं, अहो तात्या, हे असलं जीवघेणं लिहून तुम्ही आमचा छळ करता. असं काळजात घुसणारं तुम्ही लिहिता आणि आमची पंचाईत होते.''

मी त्यावर मांडे यांना विचारलं, ''तात्यांची प्रतिक्रिया काय?'' झालं. मांड्यांच्या अंगात तात्या संचारले. हुबेहूब त्यांच्याचसारखी ढब घेऊन डोळे मिटून, गालातल्या गालात हलकं हसून दोन्ही हात पॅन्टच्या खिशात ठेवून त्यांनी जमेल तसं तात्यांच्या आवाजात सांगितलं, ''अहो मांडे, इतके व्याकूळ होऊ नका.''

पुढे मला मांडे म्हणाले, ''झाला का नाही आमचा फालुदा? काय म्हणावं या माणसाला बाई? एवढीही चेहऱ्यावरची रेष हलली नाही बघा. याला मी निर्लेप म्हणतो. मारे गेलो कौतुक करायला आणि तात्यांनी माझा फसफसता उत्साह एकदम शून्यावर आणला.''

तात्या अगदी अघळपघळ बोलणारे नसले, तरी त्यांच्या परिचितांमध्ये ते काही वेळा गप्पा मारताना दिसायचे. पण एकूण मामला म्हणजे सतत 'स्वतःमध्ये' असलेला. माझं वय वाढत होतं, तसतसं त्यांच्या पुस्तकांचं वाचनही वाढत चाललं

होतं. काही गोष्टी हळूहळू कळत होत्या. त्यांची अल्पाक्षरी भाषा आणि अल्परेषांतली रेखाटनं यांतून माणसांचं आरपार अंतरंग ते उलगडून दाखवत होते.

"वयाच्या विशीपर्यंत मरण हे काव्य असतं, पन्नाशीनंतर ते उदास असं गद्य होतं! पिकलं पान गळून पडायचंच हे शहाणपण आपल्या आईबद्दल स्वीकारणं फार अवघड जातं. हे मरण स्वाभाविक नसतं. माहीत असूनही तो अपघातच असतो!" कुठेही आलंकारिकपणाचा देखावा नसलेली त्यांची खोल भिडणारी भाषा काहीतरी निराळेपणाचं लेणं घेऊनच आली होती.

साहित्य संमेलनाचे अध्यक्ष झाल्यानंतर स्टाफतर्फे आम्ही त्यांचा सत्कारसोहळा आकाशवाणीच्या मागच्या अंगणातल्या छोट्याशा खोलीत साजरा केला होता. मी स्वतः फक्त पांढरे गुलाब असलेला मोठा गुच्छ नेला होता. गुच्छ त्यांना दिल्यानंतर म्हणाले, "अरे वा! फक्त एकाच रंगाच्या फुलांचा गुच्छ छान दिसतो, हे आज समजलं." जवळजवळ दहा वर्षं त्यांच्या काळात माझी नोकरी चालू असताना मधूनमधून संपर्क येत होता, जुजबी बोलणंही होत होतं. एकीकडे त्यांची पुस्तकं वाचतानाच, प्रत्यक्षात मी त्यांना पाहत होते. त्यांचं सतत स्वतःत असणं, कुणाच्या अध्यातमध्यात नसणं, ऑफिसच्या राजकारणात काडीमात्र रस नसणं हे कुठेतरी मनात ठसत होतं. या त्यांच्या अलिप्ततेची उत्तरं त्यांच्या पुस्तकांमधून मिळत होती. काही संदर्भ लागत होते. कविराजांबद्दल, आईबद्दल लिहितानाचं त्यांचं हळवेपण ठसठशीतपणे जाणवत होतं. स्वतःच्या जीवनाकडे पाहण्याची त्यांची निराळी दृष्टी 'चित्रकथा' या पुस्तकाच्या शेवटी लिहिलेल्या त्यांच्या मनोगतामध्ये जाणवत होती.

"शेतं पिकत होती, डोलत होती, पक्व झाली की कापली जात होती. झाडं वाढत होती, सुकत होती, वठत होती, जळणाला जात होती. फुलणं, बहरणं, सुकणं आणि नव्याला वाट करून देणं चालू होतं. जमीन धीर सोडत नव्हती. या झाडाझडोऱ्यांचा मीही एक भाग नव्हतो का? मग मी तरी खिन्न का व्हावं? धीर का सोडावा? माझी दुःखं म्हणजे लहानलहान पस्तावे होते. एकूण पाहता जीवन चविष्ट आणि आनंदाचंच होतं." मी नोकरी सोडल्यानंतर खूप वर्षांनी मी आणि शैला मुकुंद अशा आम्ही दोघींनी केलेला 'विश्ववामा' कार्यक्रम चालू होता. ते आजारी पडण्यापूर्वी प्रभात रोडलाच मला एकदा चालत असताना भेटले. ते तंद्रीत चालले होते. मी आपण होऊन बोलायला गेले. विश्ववामाबद्दल मी सांगितलं. तेवढ्या अल्पवेळात त्यांनी काही संदर्भही दिले. ती शेवटची भेट. अत्यंत कमी बोलणारे आणि भरपूर लिहिणारे प्रसिद्ध लेखक व्यंकटेश माडगूळकर ऊर्फ तात्या किमान दहा वर्षं तरी माझ्यासमोर वावरले. मला त्यांना बघता आलं, भेटता आलं, हा माझ्या आयुष्यातील सुरेख योग!

◆

'**जिं**कण्यासाठी लढण्याचे दिवस, हरल्यानंतरही का आठवतात सारखे?' लढत राहायचं, हसत राहायच. आपण अजून जिवंत आहोत हे स्वत:लाच पटवत राहायचं... सतत 'लढाईच' नशिबात आलेल्या, परंतु लढाईत रक्तबंबाळ होऊनही त्यात 'जय' मिळवणाऱ्या एका धाडसी आणि विलक्षण चिवट असलेल्या वीणाची कहाणी मला तुम्हाला सांगाविशी वाटते.

सुरुवातीच्या 'सौमित्र'च्या ओळी मला वीणासाठी वारंवार आठवतात. फक्त 'पुढे जिंकत राहायचं' हे शब्द टाकावेसे वाटतात. सतत सारखं लढत राहायचं. नशिबानं सतत सत्त्वपरीक्षा पाहायच्या, दु:खाचे पहाड खांद्यावर पेलायचे आणि पुन्हा पुन्हा त्यातून उठत पुढच्या कामाला लागायचं हे वीणाचं एकंदरीत आयुष्य आहे.

अंधाऱ्या गुहेतून एखाद्या पवित्र नदीचा प्रवाह खळाळत बाहेर यावा तसंच वीणाच्या बाबतीत झालंय. तिच्या अंधाऱ्या भूतकाळातून किंबहुना त्या दु:खातूनच एका लोकविलक्षण सामाजिक उपक्रमाचा जन्म होणं हे वीणाच्या बाबतीत घडायचं होतं.

साधारण आठ-दहा वर्षांपूर्वी माझ्या 'बोलू ऐसे' या प्रशिक्षण शिबिरात वीणा येत होती. सतत मंद हास्य चेहऱ्यावर, ग्रेसफुल राहणी, सूत्रसंचालनासाठी अत्यंत सुयोग्य आवाज आणि बोलणं... असं सगळं एकंदरीत तिचं व्यक्तिमत्त्व होतं. तिच्या आयुष्यात केवढा मोठा प्रॉब्लेम आहे आणि काय काय घडून गेलंय याचा थांगपत्ताही तिच्या चेहऱ्यावरून लागत नव्हता. पण त्या काळात एक दिवस ती मोकळी झाली...

लग्नानंतर पाच वर्षांनी जुळ्या मुली झाल्या. त्यातल्या एकीला आठ दिवसांनी 'मॅनेजायटीस' झाला. एका खोलीत वीणा आणि नॉर्मल मुलगी आणि दुसऱ्या खोलीत 'मॅनेजायटीस' झालेली मुलगी आणि जवळचे नातेवाईक. कुणीच कुणाला भेटायचं नाही, हा डॉक्टरांचा नियम. दर प्रत्येक दिवसाला डॉक्टर सांगत ही आजारी मुलगी आता फक्त चोवीस तास, आता फक्त छत्तीस तास जगेल. पण ती जगली. जवळजवळ दोन महिन्यानंतर दोन्ही मुलींसकट वीणा घरी आली. एक पूर्णपणे नॉर्मल आणि एक पूर्णपणे विकलांग. अंथरुणावरच सगळं असलेली. फक्त एक निर्विकार 'आकार' स्वरूपातली ही दुसरी मुलगी...

आजी-आजोबा आणि इतरांनी सगळे नवस-सायास, गंडेदोरे, पत्रिका पाहणं सगळं सगळं करून पाहिलं. वीणा म्हणाली, आणि एक दिवस ठरवलं की हे सगळं थांबवायचं... पत्रिका, भविष्य, नवस... काही काही करायचं नाही. वीणा स्वत: एम.एस्सी. (न्यूट्रीशियन) फर्स्टक्लास आहे. नवरा दिलीप याचा संपूर्ण आधार हा मोठा दिलासा होता. दिलीप हरहुन्नरी माणूस. त्याच्या डोक्यात सतत काहीतरी निराळं चाललेलं असायचं.

दिलीपच्या डोक्यातून आलेली कल्पना अशी की या विकलांग मुलीला वाढविण्याच्या दृष्टीने काय नवीन नवीन शिकता येईल, यासाठी अशा काही संस्थांना आपण भेटी देऊ या. म्हणून दोघेही विविध संस्थांना भेटी देऊ लागले.

हा शोध घेताना नंतर मित्र परिवारात त्याविषयी बोलताना त्यांना जाणवलं की यातल्या अनेक संस्थांची माहिती कुणालाच नाहिये. या संस्था सामान्य लोकांपर्यंत पोहोचायला पाहिजेत, पण त्या पोहोचल्याच नाहीयेत. या संस्थांची माहिती लोकांना व्हायलाच हवी. पण त्यासाठी काय करता येईल?..

काहीच सुचत नव्हतं. एक दिवस कुठल्याशा प्रदर्शनाला दोघंही गेले असताना दिलीप गोखले यांच्या मनात कल्पना आली, या संस्थांची माहिती देण्यासाठी एखादं प्रदर्शन भरवलं तर? कल्पना दिलीपची पण अंमलबजावणी वीणाची. आसपासचे नातेवाईक, मित्र-मैत्रिणी यांनी किमान पाच पाच हजार घ्यावेत असं ठरलं. आणि या दोघांनी स्वत:चे पस्तीस हजार घालून प्रदर्शन भरवलं. प्रदर्शन विशेषकरून पितृपंधरवड्यात भरवावं असं ठरलं. कारण या पंधरवड्यात दान करण्याची संकल्पना आहे. शिवाय

या दिवसात हॉल भाड्याने मिळणं स्वस्त पडतं. २००५ साली प्रदर्शन सुरू झालं. साधारण २० संस्थांना प्रत्येक वर्षी बोलावलं जातं. प्रोजेक्टरच्या साहाय्यांं, ऑडिओ-व्हिज्युअल माध्यमातून संस्थांची माहिती दिली जाते. वीणा म्हणते, आम्ही संस्थांना सांगतो की तुम्हाला कोणत्या प्रकारची मदत हवी आहे ते तुम्ही हायलाइट करा. कारण प्रत्येक वेळी पैशांचीच मदत हवी असते असं नाही. कपडे, इतर साहित्य, धान्य इ. गोष्टीही हव्या असतात. कधी कधी कार्यकर्तेही हवे असतात.

अगदी ग्रास रूट लेव्हलवर ज्या संस्था काम करतात त्यांची आम्ही निवड करतो. सुरुवातीला प्रदर्शनाचा विचार दिलीपच्या डोक्यात आला तेव्हा वाटलं होतं की शंभर माणसं आली तरी खूप झालं. कारण इथे कुठला सेल नाही, विक्री नाही, शोभेच्या वस्तू नाहीत. पण प्रदर्शनाला तीन ते साडेतीन हजार मंडळी भेट देतात. २०१२ साली तर सहा हजार लोकांनी भेट दिली.

आत्तापर्यंत चौदा वर्षांत साधारण तीन ते साडेतीन कोटी रुपयांपर्यंत लोकांनी संस्थांना देणग्या दिल्या आहेत. २००६ सालापासून प्रायोजक मिळत गेल्यामुळे पहिल्या दिवशी उद्घाटन सोहळा ठेवला जातो.

सर्वसामान्य घरातल्या या दांपत्यांं कोणाचाही 'वरदहस्त' अथवा कोणताही 'राजकीय' मददगार नसतानाही स्वबळावर सामाजिक सेवेची एक ठिणगी पेटवली. त्याला दुःखाची किनार होती; पण त्या दुःखातूनच आपण समाजाचे काही देणं लागतो, ही जागरूकता लोकांमध्ये त्यांनी निर्माण केली. वीणाच्या आर्टिस्ट्री या इव्हेन्ट मॅनेजमेंट कंपनीतर्फे गेली चौदा वर्षे हे प्रदर्शन भरवलं जातंय. नियतीनं वीणाच्या कपाळावर सत्त्वपरीक्षेचा आणि दुःखाचा आलेख लिहून ठेवलाय.

२००८ साली प्रदर्शनाचं तिसरं वर्ष... आणि पितृपंधरवड्याच्या पहिल्या दिवशी काहीही आजार नसताना रात्री शांत झोपलेले दिलीप सकाळी उठलेच नाहीत. दिलीप यांचं आकस्मिक निधन धक्कादायक होतं. पदरात अंथरुणाला खिळलेली एक आणि दुसरी चांगली मुलगी अशा दोन मुली. प्रदर्शनाचा मोठा घाट घातलेला... मनाचा दगड झालेली वीणा बधिर झाली होती. दिलीप म्हणजे वीणाचा खंबीर आधार होता... जवळच राहणारे आई-वडील होते. पण साथीदार हात सोडून निघून गेला होता. असंख्य प्रश्नचिन्हांचं वादळ डोक्यात घोंघावत होतं. मित्र-मैत्रिणी, प्रसिद्ध लेखक अनिल अवचट यांनी तिला परत उभी केली. आणि सहा दिवसांवर आलेलं प्रदर्शन तिनं नेटानं पार पाडलं. सहा दिवसांपूर्वी नवरा गेलेला आणि चेहऱ्यावर काहीही न दाखवता प्रदर्शनाला उभं राहणं ही जीवघेणी परीक्षा होती. अर्थात वीणाच्या आयुष्यातल्या परीक्षा कधीच साध्यासुध्या नव्हत्या, तर त्या जीवघेण्याच होत्या. त्यातलीच ही एक.

वीणा म्हणते, आतातर पितृपंधरवड्याला माझ्या दृष्टीने फारच मोठा अर्थ प्राप्त

झालाय. कारण ज्याच्या प्रेरणेनं, ज्याच्या प्रोत्साहनानं हा उपक्रम सुरू केला त्या दिलीपला श्रद्धांजली म्हणून या प्रदर्शनाकडे मी पाहते.

प्रदर्शनादरम्यान वीणानं 'गिरिसागर टूर्स' ही टूर्स आयोजित करणारी कंपनी छोट्या प्रमाणात सुरू केली होती. या तिच्या टूर्सचं वैशिष्ट्य म्हणजे या टूरमध्ये इतर आयोजनाबरोबरच हिंदुस्थानी शास्त्रीय संगीत आणि नृत्य यांचं आयोजन वीणा करते. प्रवाशांना सृष्टिसौंदर्य आणि क्लासिकल गाणं या दोन्हींचा आस्वाद घेता येतो. दर पावसाळ्यात 'मल्हार उत्सव' टूर निघते. पूर्वी बहुतेक टूर्स फक्त कोकणात होत असत. आता सध्या परदेशातही ती या टूर्स नेते.

'स्वराबरोबर विहार' ही टूरची संकल्पनाच वेगळी आहे.

दिलीप असताना टूर्स आयोजित करणं हा तेव्हा काही रोजीरोटीचा प्रश्न नक्ता. कारण दिलीप मिळवते होते. पण दिलीप गेल्यानंतर पैशासाठी हा व्यवसाय हातभार देणारा ठरणार होता.

वीणानं टूर्समधले दोन कसोटीचे प्रसंग सांगितले.

ते प्रसंग ऐकल्यानंतर वाटलं, दिलीपना काळाची चाहूल लागली होती का?... कारण वीणाला त्यांनी तसंच तयार केलं होतं.

एक दिवस दहा जणांची कोकण टूर ठरली होती. त्यापूर्वी वीणाला हट्टानं दिलीपनी गाडी शिकायला भाग पाडलं. गंमतीचा भाग असा की कमांडर जीपवर वीणा गाडी शिकली. त्यानंतर दोघांनी टूरसाठी सुमो घेतली.

या टूर व्यवसायामागे एक दुःखाचा इतिहास आहे. अंथरुणाला खिळलेली मुलगी, तिचे उपचार हे सतत चालू असल्यामुळे वीणा काही दिवस डिप्रेशनमध्ये गेली होती. मानसोपचार तज्ज्ञांचे उपचार चालू झाले. डॉक्टरांनी सल्ला दिला की ती गुंतून जाईल असं काहीतरी बघा. कारण वीणा बोलकी आहे, तिला माणसांशी संवाद साधायला आवडतं. शिवाय नवीन धाडस करण्याची कुवत आहे. तोपर्यंत मुलीला चोवीस तास सांभाळायला एक प्रौढ बाई मिळाल्या होत्या. शिवाय मुंबईहून जाऊन येऊन सासू-सासरे, इथे आई-वडील होते. दुसरी मुलगी खूप हुशार असल्यानं तिच्याकडेही लक्ष पुरवणं भाग होतं. दिलीपचा खंबीर आधार होताच.

अशा सगळ्या परिस्थितीतून टूर व्यवसाय सुरू झाला.

तर एक दिवस कोकण टूर ठरली होती. जंगली महाराज रोडवर असलेल्या एका हॉटेलमध्ये नाशिकचे सगळे प्रवासी उतरले होते. दुसऱ्या दिवशी सकाळी ८ वाजता ड्रायव्हरसह सुमो घेऊन वीणा जाणार हे ठरलेलं होतं. पहाटे ड्रायव्हरचा फोन आला, "येऊ शकत नाही, कुणीतरी नातेवाईक गेलेत."

मोठा प्रश्न उभा राहिला. वीणानं दिलीपला सांगितलं, "तू चल…" दिलीप म्हणाले, परदेशी पाहुणे आल्यामुळे ऑफिसमध्ये रजा मिळणार नाही. आता काय?

दिलीप म्हणाले, ''तू सुमो चालव आणि जा.''

सुरुवातीला तिला चेष्टाच वाटली. पण दिलीप ठाम होते. वीणा कशीबशी तयार झाली आणि सुमो घेऊन जंगली महाराज रस्त्यावर आली. सगळे प्रवासी तयारच होते. त्यांना कुणालाच कळेना की ड्रायव्हर नसताना आपण कसे जाणार? वीणानं सगळी परिस्थिती सविस्तर सांगितली. ''मी स्वत: सुमो घेऊन टूरला येणार आहे. तुम्हाला माझी खात्री वाटत नसेल तर तुमचे सर्व पैसे आणि जास्तीचे पैसे मी परत करते. पण... तुमची खात्री पटवण्यासाठी वाटल्यास आपण इथल्या इथे दोन-तीन चकरा मारू.''... म्हटल्याप्रमाणे वीणानं त्यांना घेऊन दोन-तीन चकरा मारल्या आणि मंडळी जरा संभ्रमातच गाडीत बसली. वीणानं संपूर्ण टूर एकटीनं सुमो चालवत पार पाडली...

कोकणातले रस्ते, स्वत: ड्रायव्हिंग करत केलेला पहिलाच एवढा मोठा प्रवास, घरची काळजी, टूरची काळजी आणि प्रवाशांचा विश्वास... सगळ्या अवघड परीक्षा होत्या. पण वीणाने या परीक्षेतले पेपरही विलक्षण जिद्दीनं सोडवले.

तिचं संपूर्ण आयुष्य डोळ्यांसमोर येतं तेव्हा वाटतं नियतीनं तिची निवड सतत परीक्षा देण्यासाठीच केलेली असावी. पूर्वी काही वर्षं तिनं एम.ए.सी.एस.मध्ये रिसर्च असिस्टंट म्हणून तसंच चैतन्य हेल्थ क्लबमध्ये डाएट कन्सल्टंट म्हणून नोकरीही केलीये. सध्या 'डाएटिशियन' म्हणून ती स्वतंत्र प्रॅक्टिस करतेय.

वीणाच्या या संपूर्ण प्रवासात मदत करणारी माणसं भेटलीच, पण नात्यातले काही गुंतेही तिला अस्वस्थ करून गेले.

कुठल्याच माणसाचं आयुष्य तसं साधं सरळ जात नसतं. आयुष्याच्या सतत वाहणाऱ्या प्रवाहात काही छोटे-मोठे खडकही येत असतात. काही प्रश्न उभे राहतात, काही नात्यांची ओझी वाहावी लागतात. कुठली तरी अनपेक्षित देणी चुकवावी लागतात. वीणा म्हणते, मला तर प्रदर्शनापूर्वी सारखी देणीच द्यावी लागतात. पहिल्यांदा फार मोठं संकट म्हणजे दिलीप गेले, नंतर एकदा अपघात झाला, काही वेळा अचानक आजारपण येतं. पण आता त्याची सवय झालीये. अशीच कोकणातली टूर एकदा ठरली. २०१० सालातली ही टूर ६० लोकांची होती. होळी स्पेशल म्हणून गुहागरची टूर होती. सगळी तयारी झाली होती. वीणा सांगते, आता टूर्स हा माझा पोटापाण्याचा व्यवसाय होता. दोन्ही मुलींना सांभाळणं, एकीचं शिक्षण, एकीचे औषधोपचार अशी जबाबदारी दिलीप गेल्यामुळे माझ्यावर पडली होती. ही नियोजित टूर चार दिवसांवर आलेली आणि पूर्वीचा (आजारी मुलीचा) मृत्यू झाला. पुन्हा अनेक पावलं मागे आले.

पूर्वीचं चौदा वर्षांचं दु:खी आयुष्य मला उद्ध्वस्त करून गेलं होतं. पण दुःख करायला, धाय मोकलून रडायला, तसंच हातपाय गाळून बसण्यासाठी माझ्याकडे

अवधी नव्हता. ते मला परवडणारंही नव्हतं. कारण मला अनेक आधाड्या सांभाळायच्या होत्या. चार दिवसांनीच येणारी टूर मी ठामपणे उठून पूर्ण केली. एका माणसालाही संशय आला नाही की माझ्या आयुष्यात काय घडलंय ते!

खरंच या परिस्थितीला आणि मुख्यत्वेकरून वीणाला कोणत्या परिमाणात बसवायचं? सारखे सारखे कसोटीचे प्रसंग निभावून नेणं म्हणजे वेड लागण्याचीच अवस्था!

वीणा म्हणते, ''मला प्रत्येक वेळी अनेक देणी चुकती करावी लागतात.'' पण ती देणी चुकती करतानाच ती समाजाचं देणं किती देतेय, याची तिलाच कल्पना नाही.

आधी मुख्य म्हणजे 'दानाची' कल्पना एकदम मोठ्या प्रमाणावर प्रदर्शनाद्वारे समाजासमोर आणल्यानं समाजामध्ये आपणही काहीतरी केलं पाहिजे अशी भावना रुजली गेली. अगदी सामान्य माणसांपासून ते श्रीमंतांपर्यंत लोकांनी या उपक्रमामध्ये काही ना काही मदत केलीय. घरकाम करणाऱ्या स्त्रियांपासून ते गरीब विद्यार्थ्यांपर्यंत इथं या लोकांनी मदत केलीय. अक्षरश: वीस-तीस रुपयांपासून... प्रदर्शन सुरू झाल्यानंतर २००७ साली एक गृहस्थ आले. उद्घाटन सोहळा संपण्यापूर्वी म्हणाले, ''मला दोन शब्द बोलायचे आहेत. ते म्हणाले की या रस्त्यानं जात होतो. सहज काय प्रदर्शन आहे म्हणून आत आलो. प्रदर्शन बघून इतका भारावलो... हे माझे पैसे.'' असं म्हणून त्यांनी तिथल्या तिथे एक लाख वीस हजाराचा चेक दिला.

'लोकांसाठी' कोणतीही मनोरंजक गोष्ट इथं नाही. फक्त सामाजिक कार्य करणाऱ्या संस्थांचे स्टॉल्स! पण आत्तापर्यंत भरभरून प्रतिसाद लोकांनी दिलाय. काही कोटींची मदत संस्थांपर्यंत पोहोचलीये. दिलीप यांच्या कल्पनेतून रुजलेलं हे रोपटं वीणानं विलक्षण जोपासना करून वाढवलंय. स्वत:वरची संकटं, त्यानंतरचे मानसिक धक्के निग्रहानं बाजूला करत ती 'देणे समाजाचे' हा उपक्रम तसंच गिरिसागर टूर्स व्यवस्थित चालवतेय. जिवलगांचा वियोग हा काही माणसांना उद्ध्वस्त करून जातो. अन् कांही माणसांना पुन्हा जोमानं उभं करतो. वीणा दुसऱ्या प्रकारात मोडते.

वीणाकडे, तिच्या कर्तृत्वाकडे पाहिलं की मला हेलन केलरचे शब्द आठवतात-
'व्हेन वुई डू द बेस्ट वुई कॅन, वुई नेव्हर नो (Know) व्हॉट मिरॅकल इज रोट (wrought) इन आवर लाइफ ऑर इन द लाइफ ऑफ अनदर!'

वीणासाठी हे शब्द मला फारच चपखल वाटतात. छोटे-मोठे बारा पुरस्कार मिळवलेली वीणा संपूर्णपणे जमिनीवर आहे. कुठेही आढ्यता, दिखावा, इम्प्रेशन मारायची धडपड नाहीच. सतत छान हसत हसत बोलणार आणि सगळ्यांनाच आपलसं करणार! घरातल्या एखाद्या जिवलगाचा मृत्यू आपल्याला काही वेळा

अक्षरश: संपवून टाकतो. सतत अनेक वर्ष त्या दु:खांना कुरवाळत आपण इतरांची फक्त सहानुभूती मिळवतो. पण वीणाला काय म्हणायचं? शब्दच नाहीत...

निनाद फाउंडेशनचा आदर्श माता पुरस्कार, जिगीषा ट्रस्ट आणि गुरुकुल प्रतिष्ठानचा 'कृतज्ञता पुरस्कार', 'वूमन ऑफ द इअर', गृहस्वामिनी पुरस्कार, उद्योजिका गौरव पुरस्कार, असे पुरस्कार तिला मिळाले आहेत.

तिची दुसरी कन्या सावनी सध्या फिजिओथेरपी डॉक्टरचं शिक्षण घेतेय. घरातले मोठाले भूकंप तिनंही सोसलेत; पाहिलेत आणि आईला सांभाळून घेतलंय. माणसांच्या समोर येईल तसं आयुष्य माणसं स्वीकारतातच. येणारी संकटं, धक्के पचवतातच. परंतु काही जण ती संकटं, ते जगणं रडतखडत सतत नकारात्मक सूर लावून जगत राहतात. पण काही जण मात्र त्या संकटांवर मात करून सकारात्मक विचारानं त्यातूनच काहीतरी विलक्षण चांगलं निर्माण करतात. या माणसांची समाजाला नितांत गरज आहे. ती गरज भागवण्यासाठी ही माणसं स्वत:ला निग्रहानं उभं करतात... वीणा गोखले! हे नाव त्यातलंच एक.

वीणा, तुला काय म्हणू?

पु. ल. देशपांडे यांच्या पंचाहत्तरीनिमित्त पुणे रेडिओवर दोन भागांमध्ये मी कार्यक्रम तयार केला होता. शीर्षक होतं, 'माणसातला साहित्यिक आणि साहित्यातला माणूस!' सकाळी सव्वासात ते पावणेआठ असा अर्धा तास सोमवारी आणि दुसरा भाग मंगळवारी प्रसारित झाला. पु.ल. तेव्हाही पुण्याचे रहिवासीच होते. शिवाय वाचकांचं प्रचंड लाडकं व्यक्तिमत्त्व असल्यानं कार्यक्रमाचा पहिला भाग प्रसारित होताच अव्याहत फोन यायला लागले. साधारण बाराच्या सुमारास त्या वेळच्या स्टेशन डायरेक्टर उष:प्रभा पागे यांचा मला फोन आला- "पुलंनी आणि सुनीताबाईंनी घरी बोलावलंय.'' आनंदानं आकाश ठेंगणं झालं म्हणतात, तो प्रत्यय मला त्या क्षणी आला. ताबडतोब मी, दिलीप ओक आणि उष:प्रभा पागे असे आम्ही तिघेहीजण प्रभात रोडनजीकच्या 'रूपाली'वर पोचलो. सकाळपासून माणसांची 'रूपाली'वर रीघ लागलेली होती. (रूपाली इमारतीत त्यांचा तेव्हा फ्लॅट होता.) आम्ही पोचलो तेव्हाही साधारण पंचवीसएक माणसं पु.लं.च्या घरात हजर

होती. पुष्पगुच्छांनी घर भरलेलं होतं. आमचं पाऊल दारात पडताक्षणी सुनीताबाईच पुढे आल्या आणि 'याऽया' असं भरघोस स्वागत करून आम्हाला घरात नेलं. बहुधा मधू गानूंच्या मिसेस- नाव पुरेसं आठवत नाही- त्या म्हणाल्या, ''आज सकाळी तुम्ही आम्हाला रडवलंत अक्षरशः!''

आम्ही पु.ल.ना पुष्पगुच्छ दिला, त्यांना खाली वाकून नमस्कार केला. आणि मग कार्यक्रमाविषयी बोलणं झालं. माझ्या आयुष्यातला तो एक संस्मरणीय क्षण होता. पु.ल. मला म्हणाले, ''चांगलं लिहिलंत स्क्रिप्ट तुम्ही.'' कार्यक्रमात आम्ही तिघं निवेदक होतो. पण पु.ल. म्हणाले, ''तुम्ही एकट्यानंच निवेदन करायला हवं होतं. कारण आपण लिहिलेलं आपण वाचलं, तर त्यात जास्त जिवंतपण येतो.'' मला मनोमन पटलं ते. शिवाय माझ्या निवेदनाला त्यांनी निराळी पावतीही दिली. सुनीताबाईंनी मोठा पेढा आणि कडबोळी (त्यांचा तो लाडका पदार्थ) देऊन छान स्वागत केलं. गोऱ्यापान सुनीताताई त्या वेळी मजिंटा रंगाचे काठ असलेल्या पिस्ता रंगाच्या साडीत विशेष उठून दिसत होत्या. खूपखूप खूश होत्या त्या दिवशी. आमचा फोटोचा कार्यक्रम झाला. मी, उष:प्रभा पागे, मधे पु.ल. बसलेले आणि चक्क खाली पु.लं.च्या पायाशी सुनीताबाई आणि दिलीप ओक. असा फोटो झाला. दिलीप म्हणाले, ''बघा, आज बायकोच्या पायाशी बसण्याचा योग आला.'' त्यावर पु.लं. म्हणाले, ''पण सुनीता आज पहिल्यांदाच माझ्या पायाशी बसलीय.''

पु.लं.च्या घरचा प्रसंग म्हणजे माझ्या आयुष्यातला अत्यंत मौल्यवान प्रसंग म्हणता येईल. तोपर्यंत त्यांच्या पुस्तकांची पारायणं झालेली होती. अनपेक्षितरीत्या आपला प्रचंड आवडता लेखक इतका अनौपचारिकपणे आपल्याला भेटेल, याची कल्पनाही मी केली नव्हती. सुनीताबाईंच्या कडकपणाविषयी बरंच ऐकून होते. परंतु मला त्या दिवशी तसंच नंतरही आलेला अनुभव संपूर्णपणे निराळा होता. नंतर आमचं जाणं-येणं सुरू झालं. खरं पाहता खूप प्रसिद्ध व्यक्तींना एकदम गळेपडूपणा करून नकोसं करून टाकण्याचा माझा स्वभाव नाही. त्यात पु.ल. आणि सुनीताबाईंसारख्या लोकप्रिय माणसांचे कम्पू हे ठरावीकच असणार, हे गृहीत होतं. आणि ते तसे होतेही. परंतु आम्हा दोघांच्या सांस्कृतिक आवडी, तसंच माझं वाचनाचं व्यसन आणि घरातली संगीताबद्दलची आस्था या गोष्टींनी बहुधा आमच्यासाठी त्यांची दारं खुली झाली. पुस्तकं आणि संगीत यांबद्दल गप्पा रंगतारंगता सुनीताबाईच जास्त बोलायच्या. काही पुस्तकांबद्दल बोलताना त्या आपल्याला स्वत:च्या बरोबरीचं समजतायत, हेच माझ्यासाठी खूप होतं.

रवीन्द्रनाथ हा विषय आमच्या समान आवडीचा. मीसुद्धा रवीन्द्रनाथांवर रेडिओवर डॉक्युमेंटरी केलेली होती. आणि पु.ल. तर शांतिनिकेतनमध्ये राहूनच आले होते. सुनीताबाईचा घरातला वावर हा शंभर टक्के गृहिणीचाच होता. साध्या हलक्या

रंगाच्या सुती साड्या, मोठं कुंकू आणि मंगळसूत्र घातलेली त्यांची देखणी मूर्ती पु.लं.चं घर भरून टाकत होती हे निर्विवाद सत्य. घरातली ठेवरेव, काटकसर, अपूर्व असं नियोजन, निगुतीनं सारं करणं ही सगळी उत्तम गृहिणीची लक्षणं या बुद्धिमान आणि स्वतंत्र विचारांच्या स्त्रीमध्ये पूर्णपणे एकवटलेली होती. एखाद्या माणसानं आपलं संपूर्ण जीवनच मुळी जोडीदाराच्या आधारावर झोकून देणं, हे पु.लं.च्या बाबतीत म्हणता येईल. पु.ल. हे प्रचंड लोकप्रिय व्यक्तिमत्त्व असल्यानं शिवाय ते स्वत: पूर्णपणे अघळपघळ असल्यानं येणारे प्रसंगही परीक्षा पाहणारेच असणार, हे उघडच होतं. अशा वेळी सुनीताबाईंसारखी बुद्धिमान स्त्रीच हे प्रसंग हाताळू शकणार, हे सूर्यप्रकाशाइतकं स्वच्छ होतं. मी त्यांना पाहत होते ते खुबीनं संसार करणारी आणि पु.लं.ना विलक्षण काळजीनं सांभाळणारी एक कणखर स्त्री म्हणून. काही वेळा मनात यायचं, पु.लं.ना एक साधी संसारी स्त्री बायको म्हणून मिळाली असती, तर काय झालं असतं? अर्थात हा माझ्या मनातला प्रश्न, 'आहे मनोहर तरी' मध्ये सुनीताबाईंनीही स्वत:ला विचारला होता. पु.लं.च्या पंचाहत्तरीच्या सोहळ्यापूर्वी नुकतंच 'आहे मनोहर तरी' प्रसिद्ध झालेलं होतं.

'आहे मनोहर तरी' पुस्तकातल्या निर्भीड लेखनाबद्दल त्या वेळी वाचकांच्या बऱ्याच उलटसुलट प्रतिक्रिया उमटल्या होत्या. पु.लं.सारखा वाचकांचा अत्यंत लाडका लेखक हा प्रत्यक्षात 'माणूस' असतो आणि त्याच्यातही काही दोष असू शकतात, जोडीदाराला खुपणारे काही वागण्यातले पैलू असू शकतात, हे बऱ्याच वाचकांच्या त्या वेळी पचनी पडलेलं नव्हतं. त्यामुळे सुनीताबाईंवर बरीच टीका झालेली होती. आमची ओळख झाल्यानंतर प्रत्येक भेटीमधे मी 'आहे मनोहर तरी' मधल्या सुनीताबाई शोधत होते. समोर प्रत्यक्ष सुनीताबाई वावरताना पुस्तकामध्ये त्यांनी वर्णन केलेले स्वत:चे काही दोष, त्यातला स्वच्छ प्रामाणिकपणा आणि थोडासा हट्टाकडे झुकणारा आग्रही स्वभाव हे दिसत होतं. पण त्यांच्या 'प्रसिद्धी'प्रमाणे अपमानास्पद वागणूक कधीच मिळाली नाही. कारण त्यांच्यात एक प्रगल्भ सभ्यता होती. मी वयानं लहान असूनही कधीही अंगतुगं करून त्यांनी संबोधलं नाही. अर्थात माझा स्वभावही संकोची असल्यानं एकदम फार जवळीक दाखवून आमच्यातलं नेमकं अंतर कमी करण्याचा मीही कधी प्रयत्न केला नाही.

"तुम्हा दोघांना गोड जास्त काय आवडतं? मला ते तुमच्यासाठी आणायला आवडेल आणि बरंही वाटेल,'' असं एकदा मी त्यांना विचारलं... त्यावर त्या म्हणाल्या, ''पुरणपोळ्या आणा. भाईलाही आवडतात. आताशा मीही करत नाही.'' स्वयंपाकापासून सगळ्ंकाही स्वत: करणाऱ्या सुनीताबाई त्या दिवशी असं म्हणाल्यानंतर तत्परतेनं मी पुरणपोळ्या नेऊन दिल्या. दुसऱ्या दिवशी आवर्जून पोळ्या आवडल्याचा फोन आला. दोघंही तसे थकलेलेच होते. पु.लं.च्या लिखाणाला प्रकृतीमुळे आपोआप

मिळालेला विराम आणि सुनीताबाईंचं मंदावलेलं धावपळीचं जीवन कुठेतरी माझ्या मनात बोचत असे. त्या दोघांचा संपूर्ण जीवनपट (अर्थात वाचलेला) डोळ्यांपुढून सरकत असे. 'आहे मनोहर तरी' या आत्मचरित्रवजा पुस्तकात सुनीताबाईंनी स्वतःला अक्षरशः सोलून काढलेलं दिसतं. स्वतःच्या काही वेळच्या अतिरेकी वागणुकीची स्वतःलाच त्यांनी दिलेली उत्तरं, पु.लं.मधलं मूलपण आणि त्या 'मुलाला' सांभाळणाऱ्या सुनीताबाई यासंबंधीचं त्यांनी केलेलं आत्मचिंतन कुठल्याही साधारण विचारशील स्त्रीला अंतर्मुख करणारं आहे, हे निश्चित.

आमच्यासमोर वावरणाऱ्या सुनीताबाई कुठेतरी स्थितप्रज्ञेकडे वाटचाल करताना दिसत होत्या. मनानं आणि शरीरानंही त्या थकल्या होत्याच. पु.लं.च्या प्रकृतीची काळजी होतीच. पण तरीही त्यांचा 'कष्ट करण्याचा' पीळ अजूनही शाबूत होता. रेडिओवरच्या आमच्या कार्यक्रमाचं रंगमंचावर सादरीकरण व्हावं, ही पुण्यातल्या 'सृष्टी' संस्थेची इच्छा होती. आमचे स्नेही किरण ठाकूर तो प्रस्ताव घेऊन आले. आता मी आणि दिलीप ओक यांनी हा कार्यक्रम सादर करण्याचं ठरलं. पु.ल. आणि सुनीताबाईंना भेटण्याचे पुन:पुन्हा योग येत राहिले. आयुष्यात कुठलेतरी योग असे असतात की, ते आपोआप घडून येतात. आणि नंतर ते पुन:पुन्हा आनंद देत राहतात. पु.ल. आणि सुनीताबाईंसारखी, सामाजिक बांधिलकी जपणारी, स्वच्छ आणि नि:स्वार्थी माणसं आमच्या 'योगा'त असावी, हे आमचं सौभाग्य होतं. रेणुकास्वरूपच्या हॉलमध्ये रंगमंचावर मी आणि दिलीप ओक यांनी कार्यक्रम सादर केला. प्रेक्षक होते स्वतः पु.ल., सुनीताबाई, डॉ. जयंत-मंगला नारळीकर, त्यांच्या मातोश्री, प्रसिद्ध कवयित्री इंदिरा संत, श्रीनिवास पाटील आणि डॉ. के. एच. संचेती. रंगमंचापेक्षा त्या दिवशी प्रेक्षागृह जास्त पवित्र झालं होतं. माझ्या आयुष्यातला तो सर्वांत शुभ योग होता. पु.लं.च्या उपस्थितीमुळे प्रेक्षागृह गच्च भरलं होतं. कार्यक्रम करताना आम्हीही खूपच आनंदात होतो. कार्यक्रम छान झाला.

नंतर माझी मैत्रीण चित्रा काळे हिनं तिच्या घरी या सर्वांसह निवडक लोकांची जेवणाची व्यवस्था केली. जेवता जेवता सुनीताबाईंनी एक उपयुक्त सूचना केली, की यापुढे कार्यक्रम करताना तो सुरू करण्यापूर्वी सभागृहाच्या अगदी शेवटच्या ठिकाणी जाऊन माइक टेस्टिंग ऐकायचं; म्हणजे अ‍ॅकॉस्टिक कसं आहे, हे कळतं. पु.लं.च्या अनेक कार्यक्रमांचं शिस्तबद्ध आणि नेटकं व्यवस्थापन किती व्यवस्थित होत असेल, हे मला त्या दिवशी जाणवलं. खरोखर सतत समाजासमोर वावरणाऱ्या एखाद्या प्रसिद्ध व्यक्तीसाठी अशी सहचारिणी लाभणं किती भाग्याचं आणि जरुरीचं आहे, हे त्या दिवशी उमगलं. उलटपक्षी, एखादी स्त्रीही जर प्रसिद्धीच्या झोतात असेल, तर तिचा जोडीदार इतका सूक्ष्मपणे विचार करेल का, हाही प्रश्न पडला. नंतर या कार्यक्रमाची एका अमेरिकास्थित केरूर नावाच्या गृहस्थांनी सी.डी.ही

काढली. 'सृष्टी'चे प्रशांत कोठाडिया या सर्व प्रसंगात उत्साहानं सर्वतोपरी मदतीला होते, हे नमूद करावंच लागेल. पु.लं. नंतर बरेच आजारी होते, पण अंथरुणावर नव्हते. टिळक स्मारकमध्ये पु.लं.च्या संदर्भातला कोणतातरी कार्यक्रम होता. पु.लं.ना तिथे आणलेलं होतं. कार्यक्रमानंतर आत जाऊन दोघांना भेटू, असं मी ठरवलं होतं. पु.ल. तेव्हा व्हीलचेअरवर कायमचे जखडले गेले होते. कार्यक्रमानंतर प्रेक्षकांनी प्रचंड आग्रह धरला की, पु.लं.ना रंगमंचावर आणावं. माझ्या मनात येत होतं की, पु.लं.ना अशा अवस्थेत रंगमंचावर आणू नये. पण प्रेक्षकांचा प्रचंड आग्रह असल्यानं पु.लं.ना रंगमंचावर आणलं गेलं. त्यांचा तो व्हीलचेअरवरचा थरथरता देह पाहिल्यावर मन व्याकूळ झालं. प्रेक्षकांचा थोडा रागही आला. मला ते दृश्य पाहवेना. मनात विचार आला, सुनीताबाईंचं काय होत असेल? एक अखंड सळसळतं, उत्साही व्यक्तिमत्त्व, अशा तऱ्हेने... त्या दिवशी त्यांच्या समोर जायचं धैर्य होईना. पु.लं.चं दर्शन झालं म्हणून प्रेक्षागृहातून न थांबणारा टाळ्यांचा वर्षाव होत होता. आणि मी हमसाहमशी रडत होते. आयुष्यभर पु.लं.नी आम्हाला हसवलं होतं.

पण आता मात्र त्यांनी रडवलं होतं... पहिल्यांदाच. सीडी निघण्याअगोदर सुनीताबाईंची भेट झाली होती. त्या वेळीही त्यांनी काही महत्त्वाच्या सूचना केल्या होत्या. पु.लं.च्या निधनानंतरचे ते दिवस होते. सुनीताबाई तेव्हा भांडारकर रोडवर मालतीमाधव मध्येच होत्या. त्यांच्या आयुष्यातलं वादळी, धावपळीचं असं जगणं थांबलेलं होतं. तरीही राहिलेली काही प्रकाशनं करण्याच्या कामात त्या होत्याच. दोघांनी उभारलेला ट्रस्ट, सामाजिक देणग्या आणि इतर काम यांचं सावरणं-आवरणं चाललेलं होतं. पण तरीही पु.लं.शिवाय सुनीताबाईंना एकटं बघणं फार-फार बोचायचं. त्या प्रत्येक वेळी त्यांचं आत्तापर्यंतचं संपूर्ण धावपळीचं जीवन आठवायचं. मनात कालवाकालव होत असे. कसे जात असतील त्यांचे हे एकाकी दिवस, या विचारानं अस्वस्थ व्हायला होत होतं. पुढेपुढे त्यांनी हळूहळू ठरवूनच बहुतेकांशी संपर्क कमी केले. 'बटाट्याची चाळ'ची ऑडिओ कॅसेट अलूरकरांनी काढली. त्याचंही थोडंफार संपादन आणि निवेदन मी केलं होतं. ते त्यांनाही माहीत होतं.

पु.लं. गेले तो दिवस. सुनीताबाईंना कसं भेटायचं, हा भलामोठा प्रश्न मला पडलेला होता. भेटतील का, बोलतील का, ही शंका मनात होती. पण पु.लं.चं शेवटचं दर्शन घ्यायला गेलो. पु.लं.ना मालतीमाधवच्या मागच्या अंगणात छान सोय करून ठेवलं होतं. लोकांची रीघ लागलेली होती. खालच्या खाली दर्शन घेऊन लोक जात होते. पण मी धीर करून सुनीताबाईंना भेटले. तुडुंब भरलेल्या डोळ्यांनी त्यांच्या जवळ गेले. त्यांनी फक्त माझे हात हातांत घेतले आणि शांतपणे बसून राहिल्या. त्यांनी 'आहे मनोहर तरी'मध्ये म्हटलं होतं, "कल्पना करायची झाली तर

पुढला जन्मही मला स्त्रीचाच लाभावा. आणि लग्न ही गोष्टही पुढच्या जन्मीही माझ्या ललाटी लिहिली गेली, तर मला भाईच नवरा मिळावा; कारण दुसऱ्या कुठल्याही घरात स्वत:च्याच तंत्राने वागायचे, जीव तोडून प्रेम करण्याचे, आणि तसाच अंत पाहण्याचे, सर्वस्व पणाला लावून मदत करण्याचे आणि तशीच अडवणूक करण्याचे अगदी इतके सगळे स्वातंत्र्य मला मिळणार नाही. आणि त्यालातरी माझ्यासारखी बायको दुसरी कोण मिळणार आहे?'' मनात आलं, पुनर्जन्माची ही गोष्ट खरी असेल तर?

सुनीताबाई गेल्या, तेव्हा मी पुण्यात नव्हते; पण त्यांचा अल्पकाळ लाभलेला स्नेह हा मला बरंच काही देऊन गेला. एवढी आरपार, निखळ आणि स्वच्छ विचारांची स्त्री मला जवळून पाहता आली, हे माझं भाग्य समजते मी. इतकी स्वच्छ माणसं आताशा अतिदुर्मिळ अशा रत्नांसारखी झाली आहेत. मला त्यांचं एका भेटीतलं वाक्य आठवलं– ''हे बघा, आपण स्वच्छ असलो ना, की मग समोरच्या माणसालाही आपल्याकडे स्वच्छ नजरेनंच पाहावं लागतं.'' किती खरं आहे हे!

◆

। ज्योत्स्ना देवधर ।

आयुष्यात अगदी आपल्याला हवं तेच मिळणं हे भाग्य फार कमी लोकांच्या वाट्याला येतं. सुदैवानं माझ्या वाट्याला ते भाग्य रेडिओच्या नोकरीमुळे आलं. भरभरून बौद्धिक खाद्य देणारं त्या वेळचं रेडिओसारखं जबरदस्त माध्यम माझ्या भाळी लिहिलं गेलं होतं, हे माझं कुठलंतरी पुण्य म्हणावं लागेल. कारण ज्योत्स्ना देवधरांसारखी त्या वेळची प्रसिद्ध लेखिका, व्यंकटेश माडगूळकरांसारखा अस्सल लेखक, पुरुषोत्तम जोशींसारखा पॉवरफुल आवाजाचा अभ्यासू निर्माता आणि या अस्सल कलावंत, निर्मात्यांमुळे बाहेरच्या जगातले प्रसिद्ध लेखक, गायक, अभिनेते यांची रेडिओवरची सततची वर्दळ... असं हे भारलेलं वातावरण आणि 'त्यात' आपण काम करतोय! आम्हीही भारलेलेच असायचो.

ज्योत्स्नाबाईंच्या मृत्यूची बातमी ऐकली आणि त्यांचं 'गृहिणी' हे सेक्शन, त्यांची कामाची पद्धत, त्यांचा आणि माझा आलेला काही प्रोजेक्टसंदर्भातला संबंध या सगळ्या आठवणी मनात गर्दी करू लागल्या.

मी रेडिओत लागले त्यापूर्वी ज्योत्स्नाबाईंच्या 'कल्याणी' आणि 'घरगंगेच्या काठी' या कादंबऱ्या कमालींच्या लोकप्रिय झाल्या होत्या. 'कल्याणी'ची तर खूपच चर्चा होती. त्या काळी ती कादंबरी मला फारच आवडली होती. रेडिओत कामाला सुरुवात केल्यानंतर पहिले अनेक दिवस या 'मोठ्या' लेखकांकडे भारावून जाऊन पाहण्यातच गेले. एखाद्या सेलिब्रिटीचं स्टेटस असलेली ही प्रसिद्ध माणसं आपल्या अवतीभवती वावरतायत, याचं फार मोठं अप्रूप मला वाटत होतं. परंतु ज्योत्स्नाबाईंच्या स्वभावानुसार फारच लवकर त्या जवळ आल्या. प्रचंड रसिक व्यक्तिमत्त्व! सुरेख राहणी आणि अगदी स्वयंपाकपाण्याच्या, साड्यांच्या गप्पांपासूनच आसपासच्या प्रत्येक स्त्रीसहकाऱ्यांच्या कम्पूत त्या सहज मिसळत असत.

आम्हा अनाउन्सर मंडळींचा ऑफिसमधल्या सर्वच मंडळींशी सतत संपर्क येत नसे. कारण आमच्या शिफ्ट्स असायच्या. अनेक वेळा सकाळची शिफ्ट झाल्यानंतर आम्ही घरी जाताना आणि ज्योत्स्नाबाई गाडीतून येताना गाठभेट व्हायची. त्यांच्या छानशा साडीचं कौतुक केलं की, त्यांना फार बरं वाटायचं. मग इतर गप्पा सुरू व्हायच्या. त्या वेळी मी थोडंफार लिहीतही होते आणि भरपूर वाचतही होते.

एखाद्या लेखकानं निर्माता म्हणून काम करणं हा आकाशवाणीसारख्या माध्यमात सुवर्णकांचन योग असतो. तो योग पुणे आकाशवाणीत ज्योत्स्नाबाई आणि व्यंकटेश माडगूळकरांच्या रूपानं उत्तम जुळून आला होता.

स्त्रियांसाठीचा विभाग सांभाळताना ज्योत्स्नाबाईंनी स्वतःच्या सगळ्या ऊर्जा पूर्णपणे उपयोगात आणल्या होत्या. उत्तमोत्तम शीर्षक असलेले कार्यक्रम हे त्यांचं वैशिष्ट्य होतं. 'स्त्रीसाठी दाहीदिशा लक्ष्मणरेषा' हे त्यातल्याच एका कार्यक्रमाचं शीर्षक. त्यांचा अगदी उजवा हात असलेल्या त्यांच्या सहकारी संजीवनी आपटे आणि ज्योत्स्नाबाई यांचं 'गृहिणी'तलं निवेदन म्हणजे सहजसुंदर आविष्कार असायचा. ज्योत्स्नाबाईंनी एखादी कल्पना मांडायची आणि संजीवनी आपटे यांनी ती उत्तम प्रॉडक्शन करून अमलात आणायची आणि तो कार्यक्रम ठाशीव व्हायचा.

शरच्चंद्र चॅटर्जींच्या जन्मशताब्दी वर्षात माझा आणि त्यांचा जवळून संबंध आला. त्यापूर्वी माझी काही नाटकं तसंच डॉक्युमेंटरीज प्रसारित झाल्या होत्या. शरच्चंद्रांच्या शताब्दीवर्षात ज्योत्स्नाबाई मला म्हणाल्या, "आपण काहीतरी करू." शरच्चंद्र हे माझेही अत्यंत आवडते लेखक. त्यांच्या दोन कादंबऱ्या मी सुचवल्या. 'गृहदाह' आणि 'चरित्रहीन!' त्या दोन्ही कादंबऱ्यांवर रेडिओसाठी मी नाट्यरूपांतर केलं. त्या स्वतः उत्तम लेखिका आणि उत्तम वाचक असूनही माझ्या या निवडीत त्यांनी कोणताही हस्तक्षेप केला नाही आणि लेखनाला मला पूर्ण स्वातंत्र्य दिलं. त्यांनी आणि संजीवनी आपटे यांनी अत्यंत सुंदर प्रॉडक्शन करून त्या कादंबऱ्यांना परिपूर्ण न्याय दिला. त्या संपूर्ण काळात मला दिसलेलं ज्योत्स्नाबाईंचं ऋजू स्वरूप

अतिशय लोभसवाणं होतं. कुठेही प्रोड्यूसर असल्याचा ताठा नाही, सारख्या सूचना नाहीत. सहकाऱ्यांवर, माझ्यावर पूर्णपणे विश्वास ठेवून आम्हा मंडळींना संपूर्णपणे रिलॅक्स वातावरणात काम करू देण्याचे त्यांचे प्रयत्न अजूनही आठवतात.

नंतर वि. स. खांडेकरांना ज्ञानपीठ मिळालं. ती बातमी येता क्षणीच त्यांनी मला खांडेकरांवर फीचर लिहायला सांगितलं. आजही आठवण झाली, तरी फार आश्चर्य वाटतं. जेमतेम पंचविशीतली मी आणि त्यांनी एवढं मोठं फीचर 'मला' लिहायला सांगणं, हा त्यांचा मोठेपणाच होता. परंतु वयाचा विचार न करता समोरची व्यक्ती काय करू शकेल, याची खात्री त्यांना असायची.

'पंचामृत' हा वैद्यकीय माहितीवजा कार्यक्रम, 'हो नाही च्या उंबरठ्यावर' ही पत्रांवर आधारित तरुण पिढीच्या मानसिकतेवरची मालिका... असे अनेक वैशिष्ट्यपूर्ण कार्यक्रम आठवतात. मला वाटतं, 'रेडिओ मालिका' हा प्रकार ज्योत्स्ना देवधरांनीच सुरू केला. 'स्मृतिचित्रे', 'पण लक्षात कोण घेतो', नंतर मृत्युंजय कादंबरीवरची मालिका, गो. नी. दांडेकरांच्या 'मृण्मयी' या नितांतसुंदर कादंबरीवर ज्योत्स्नाबाईंची तितकीच सुंदर मालिकानिर्मिती ही ठळक उदाहरणं त्यांच्यातल्या अत्यंत संवेदनशील अशा निवडीचं दर्शन घडवणारी होती.

रेडिओसारख्या माध्यमात मेंदू आणि विचार सतत आव्हान पेलणारे असावे लागतात. अशा वेळी उपजत लेखक असलेली मंडळी दिमाखदार काम करून जातात. ज्योत्स्नाबाईंचं हे रूप सतत पाहायला मिळालं. स्वत: निर्मात्या असूनही इतर स्त्रीसहकाऱ्यांपासून किंवा ज्युनिअर पदावरच्या माणसांपासून त्यांनी कधीही स्वत:ला विशिष्ट अंतरावर ठेवलं नाही. त्यामुळेच कुणाहीबरोबर साड्यांबद्दल, पदार्थांबद्दल अगदी असोशीनं गप्पा मारणं त्यांना छान जमायचं.

मुळातून त्या स्वत:ही छानशा अगदी घरगुती अशा गृहिणीच होत्या. उत्तम सुग्रण होत्या. उत्तमोत्तम रंगसंगतीच्या सिल्कच्या साड्या वापरणं त्यांच्या सुरेख रूपाला शोभून दिसायचं. त्या वेळी नारायणपेठी साड्यांची हवा होती. मग ही अमुक साडी बघ गं, मी मागावर विणून घेतली, ही साडी खास कांचीपुरमहून आणली अशा खास गप्पा व्हायच्या. कधीकधी पदार्थांच्या रेसिपी सांगणं व्हायचं. आणि या घरगुती रूपातून एकदम निर्मातीच्या रूपातला एखादा सुंदर, अर्थपूर्ण कार्यक्रम तयार होताना त्यांच्यातली बुद्धिमान आणि संवेदनशील लेखिका पाहायला मिळायची.

तो काळ सर्वार्थानं त्यांच्या दृष्टीनं भरभरून जगण्याचा होता. छानसा संसार, मनाजोगतं काम, लौकिकातली लेखिका म्हणून प्रसिद्धी आणि आनंदानं स्वीकारलेली रेडिओतली निरनिराळी आव्हानं! छान चाललं होतं सगळं. पण अचानक मुलाच्या अवेळी मृत्यूनं त्यांच्यातली आई त्या वेळी मनानं उद्ध्वस्त होताना दिसली. त्या अवस्थेतही त्यांची उत्तमोत्तम कार्यक्रमनिर्मितीही चालू होती. पण मनाला विलक्षण

हळवेपण आलं होतं. कुठल्याही क्षणी त्यांचे डोळे भरून यायचे. पण हा आघात पचवून त्या आणखीन आणखीन लिहीत राहिल्या. माझ्या नोकरीनंतरच्या कार्यक्रमांबद्दल आवर्जून फोन करायच्या. दाद द्यायच्या.

नोकरी संपल्यानंतर एकदा अचानक संध्याकाळी घरी आल्या. दारात साक्षात ज्योत्स्नाबाईंना पाहून क्षणभर आनंद-आश्चर्यानं मी थबकलेच. नंतर भरपूर वेळ गप्पा मारतामारता जुन्या आठवणी, लेखन यांबद्दल भरपूर बोललो. त्या दिवशी त्या निघून गेल्यानंतर पहिल्यांदा जाणवलं ते त्यांचं मनातून एकाकी असणं! आत्ता आत्तापर्यंत त्यांच्याशी फोनवर मी बोलायची. त्यांच्या चौकशा व्हायच्या. 'एकदा ये गं गप्पा मारायला', हा त्यांचा आग्रह शेवटपर्यंत मला पुरा करता आला नाही, याची आता खंत वाटते. विशेष कारण काहीच नव्हतं; पण नाही जमलं खरं!

त्या निवृत्त झाल्यानंतर तसंच श्री. देवधरांच्या निधनानंतर जास्त एकट्या पडल्या. इतर नात्यांचा गुंता त्यांना खूपच त्रासदायक होत होता. त्यांची माणसांची भूक जास्त प्रखर झाली. सारखं कोणीतरी गप्पा मारायला हवं असायचं. आमचे 'विश्ववामा', 'अत्रे नावाचं वादळ' कार्यक्रम चालू असताना आवर्जून फोन करून बोलवायच्या. ''शैलाला घेऊन ये गं, गप्पा मारायला,'' हे त्यांचं बोलावणं टाळणं जिवावर यायचं; पण जमायचं नाही.

आपल्या तरुणपणातल्या सांसारिक अडचणी, प्रचंड वेळ मागणारं मुलांचं संगोपन, आलागेला करताकरता काही वेळा आपण समोरच्या माणसाचं एकाकीपण समजून घेऊ शकत नाही. मुद्दामहून आपण दुर्लक्ष करतो असं नाही, पण ते राहून जातं खरं...

त्यांच्या निधनापूर्वी त्यांनी सकाळमध्ये केलेलं 'सदर'. त्यातले लेख वाचले की जाणवायचं की, त्यांचा लिखाणातला कस जसाच्या तसा आहे. त्यांचा 'नदी'वरचा लेख वाचून लगेच फोन केला होता. बरंच बोललो. अजूनही रेडिओवर विनावेतन 'सल्लागार' म्हणून काम करण्याची त्यांची तयारी होती. सुरुवातीलाच म्हटल्याप्रमाणे आकाशवाणीसाठी 'मालिका' ही गोष्ट पहिल्यांदा ज्योत्स्नाबाईंनीच सुरू केली, असं वाटतं. व्यक्तिशः मला आवडलेल्या त्यांच्या मालिका म्हणजे 'मृत्युंजय' आणि 'मृण्मयी'. शिवाजी सावंतांच्या प्रसिद्ध 'मृत्युंजय'ची इतकी उत्कृष्ट निर्मिती मी इतर कुठल्याच माध्यमात पाहिली नाही. द्रौपदीवस्त्रहरणाचा 'आशा गाडगीळ' या अभिनेत्रीच्या आवाजातला तो मोठा प्रवेश अजूनही अंगावर काटा आणतो.

ऑडिओ माध्यमाची ती ताकद होती. आशा गाडगीळ या अभिनेत्रीला तसंच ज्योत्स्नाबाईंना आणि संजीवनी आपटे यांना याचं तेवढंच श्रेय द्यावं लागेल. अशीच गो. नी. दांडेकरांच्या 'मृण्मयी' या कादंबरीतली मानसी मागीकरनी सादर केलेली 'मृण्मयी' खरोखर लाजवाब– मृण्मयीचा शेवट (प्रसारणाचा) होताना संजीवनी

म्हणाली, 'कुठलं गाणं लावू या?' मी तत्काळ सांगितलं लताबाईचं 'भेटीलागी जीवा' लाव. 'मृण्मयी'चा शेवट याच अभंगानं होणं क्रमप्राप्त होतं. खरोखर ज्योत्स्नाबाईंनी या दोन्ही कादंबऱ्यांचं रेडिओमध्ये सोनं केलं होतं.

शेवटपर्यंत लिहीत राहणारी, या वयापर्यंत जाणिवा पूर्णपणे जागृत असलेली ही एक संवेदनशील लेखिका नंतरच्या काळात माणसांची भुकेली राहिली. तीस-पस्तीस वर्षांपूर्वीच्या काळात 'कुंवरनी' सारख्या कादंबरीत एक धीट विषय हाताळणाऱ्या ज्योत्स्नाबाईंनी एकंदरीत स्त्री हा विषय स्त्रीवादी भूमिकेतून आक्रस्ताळेपणानं न मांडताही स्त्रीला त्यांनी कणखरपणानंच मांडली, हे विशेष! त्यांच्या मृत्यूच्या बातमीनं स्त्रीलेखिकांमधलं एक लोभसवाणं पर्व संपल्याची मनोमन खंत वाटली.

◆

मुंबई दूरदर्शनवर १९८९च्या सुमारास 'स्मरणयात्रा' हा कार्यक्रम प्रक्षेपित झाला होता. पहिल्या जागतिक मराठी परिषदेत १९३२ ते १९८९ सालांमधली मराठी चित्रपट संगीताची वाटचाल दर्शवणारा हा कार्यक्रम त्या वेळी खूपच प्रसिद्ध झाला होता. संहितालेखन- दिग्दर्शन- संकल्पना सर्वकाही सुधीर मोघे यांचं होतं. या कार्यक्रमाचं संपूर्ण निवेदन सुधीर गाडगीळ आणि शैला मुकुंद यांनी केलं होतं. शैला मुकुंद यांचं नाव साधारणपणे ऐकिवात होतं. पण दूरदर्शनच्या पडद्यावर त्यांना पाहण्याचा योग त्या दिवशी पहिल्यांदा आला होता. त्यांचं प्रसन्न असं व्यक्तिमत्त्व, सुरेख आवाज आणि स्पष्ट असं लाघवी बोलणं त्या दिवशी मनावर ठसा उमटवून गेलं होतं. हेच व्यक्तिमत्त्व नंतर काही प्रसंगांनी टप्प्याटप्प्यानं भेटत राहिलं आणि साधारण १९९५ पासून दीर्घकाळच्या आमच्या मैत्रीमध्ये ते कायमचं माझ्या आयुष्यात स्थिरावलं. एका संध्याकाळी मला फोन आला, 'मी शैला मुकुंद बोलतेय!' मला आश्चर्याचा धक्काच बसला. त्यापूर्वी सृष्टी या संस्थेनं त्यांचा 'आरस्पानी राजवर्खी'

हा कार्यक्रम भारती निवास सभागृहात केला होता. त्या अप्रतिम कार्यक्रमाबद्दल मी साप्ताहिक सकाळमध्ये एक लेख लिहिलेला होता. इंदूरला हा कार्यक्रम ठरला, तेव्हा तिथे मराठीभाषक मंडळी कमी असल्याने या लेखाच्या काही झेरॉक्स तिथे वाटल्या गेल्या होत्या. का, तर कार्यक्रमाचं स्वरूप लक्षात यावं म्हणून! तिथेही कार्यक्रम सुंदर झाला. म्हणून आल्यानंतर शैला मुकुंदांचा थँक्सचा तो फोन होता. मुंबई दूरदर्शनवर झळकलेली ही निवेदिका पुढच्या आयुष्यात 'आरस्पानी'च्या रूपात माझ्या आयुष्यात कायमची वस्तीला येणार आहे, याची त्या वेळी कल्पनाही नव्हती.

'आरस्पानी राजवर्खी' या कार्यक्रमाबद्दल थोडं लिहायलाच पाहिजे. कवी कुसुमाग्रजांच्या काव्यावर आधारलेला कविता 'प्रेझेंट' करणारा हा गद्यमय कार्यक्रम. याची संकल्पना आणि लेखन प्रसिद्ध अभिनेते प्रभाकर पाटणकर यांचं होतं. '२२ जून १८९७' या चित्रपटात त्यांनी क्रांतिकारक चापेकरांची भूमिका केली होती. सुरुवातीला प्रभाकर पाटणकर आणि शैला मुकुंद हे दोघे कार्यक्रम सादर करायचे; पण पाटणकरांच्या निधनानंतर प्रसिद्ध अभिनेते-दिग्दर्शक विनय आपटे हे शैला बरोबर कार्यक्रम सादर करायला लागले. या कार्यक्रमाचं वैशिष्ट्य म्हणजे यातल्या कवितांच्या गद्य वाचनाला श्रोत्यांची 'दाद' येते ती टाळ्यांच्या रूपाने. याचं संपूर्ण श्रेय शैला मुकुंद आणि विनय आपटे यांच्या सादरीकरणाला.

तर 'शैला मुकुंद बोलतेय' हा मला आलेला त्यांचा फोन ही आमच्या मैत्रीची शुभमुहूर्ताची वेळ होती. कारण तिथून पुढे आमच्या मैत्रीचा प्रवास सुरू झाला. शैलाचा स्वभाव एकदम गळ्यात पडण्याचा नाही. सगळं वागणंबोलणं एकदम संयत, नेमकं. तरीही आमची मैत्री जमली. पुढे मी स्वत: आचार्य अत्र्यांवर 'अत्रे नावाचं वादळ' हा कार्यक्रम लिहिला, तेव्हा मी आणि दिलीप यांव्यतिरिक्त आणखी एक निवेदक असावा, ही माझी कल्पना होती. शैलाला विचारावं असं मनात आलं. तोपर्यंत निवेदन आणि कविता या प्रांतांत तिची जोरदार घोडदौड चालू होती. आणि एका संपूर्ण गद्य कार्यक्रमाला ती होकार देईल की नाही, याची खात्री नव्हती. पण तिनं होकार दिला. 'अत्रे नावाचं वादळ' कार्यक्रमापूर्वी एका गमतीशीर प्रसंगानं आम्ही जास्त जवळ आलो होतो. तो प्रसंग म्हणजे रोटरीचा कार्यक्रम! 'आरस्पानी राजवर्खी' कार्यक्रम रोटरीमध्ये ठेवायचा, असं ठरलं होतं. तेव्हा दिलीप रोटरीमध्ये होते. सगळी बोलणी झाली. तारीख ठरली. कुठलातरी रविवार, सकाळ अशी वेळही ठरली. कार्यक्रमाच्या आदल्या दिवशी तेव्हाचे रोटरीचे प्रेसिडेंट आणि आमचे स्नेही श्री. माधव काळे -चित्रा काळे एका कार्यक्रमात असताना माझ्या घरी शैलाचा फोन आला की, उद्याच्या कार्यक्रमात विनय आपटे काही अपरिहार्य कारणामुळे येऊ शकणार नाहीत. तेव्हा कार्यक्रमाचं काय करायचं? दुसऱ्या दिवशी सकाळी नऊ वाजता कार्यक्रम होता. भराभर काहीतरी हालचाली करणं भाग होतं. आम्ही दोघं

बालगंधर्वमध्ये जाऊन माधव काळे यांना चालू कार्यक्रमातून बाहेर बोलावलं. दिलीपनी स्वत: काही काळ आकाशवाणीत अनाउन्सर म्हणून काम केल्यानं विनय आपटे यांच्या अनुपस्थितीत ते कविता वाचायला तयार झाले. पण शैलाला विचारणं भाग होतं. तिनं होकार दिल्यानंतर आम्ही चौघं तसेच थेट तिच्या आपटे रोडवरच्या घरी गेलो.

तिच्या म्हणण्याप्रमाणे दिलीपबरोबर एक रिहल्सल घेणं भाग होतं. त्याप्रमाणे तिथेच रात्री साडेअकरापर्यंत रिहल्सल झाली. एका रिहल्सलमध्ये तो मोठा कार्यक्रम पार पाडणं हे दिलीपसाठी खरोखरच आव्हान होतं. पण दुसऱ्या दिवशी तो कार्यक्रम सुखरूपपणे पार पडला.

शैलाकडचा तो आदल्या रात्रीचा साडेअकरापर्यंतचा वेळ हा तीन श्रोत्यांसमोर चाललेल्या 'आरस्पानी राजवर्खी' कार्यक्रमाच्या रिहल्सलनं सुखद केला होता. रात्री साडेअकराला माधव काळे आणि मुकुंद आठवले यांनी जवळून कुठूनतरी पावभाजी आणली आणि पोटोबा शांत करून आम्ही खऱ्या अर्थानं कार्यक्रमाची अनिश्चितता संपल्याचा सुस्कारा सोडला.

कुठल्यातरी दीर्घ काळासाठीच्या पायाभरणीसाठी काहीतरी घडावं लागतं, हेच खरं. त्या कार्यक्रमापासून आम्ही दोघी अहो जाहोवरून अगंतुगंवर आलो. स्नेहाचा शांत प्रवाह सुरू झाला. प्रवाहात फारसे दगड-धोंडे आले नाहीत. त्यामुळे फारशी खळबळही झाली नाही. खरं पाहता 'अत्रे नावाचं वादळ' कार्यक्रमापासूनच आमची मैत्री जास्त जमली. कारण तोपर्यंत दिलीप आणि मुकुंद आठवले हेसुद्धा आमच्या मैत्रीचा एक भाग बनून दोन्ही कुटुंबांतील आम्ही असे जवळ आलो. मुकुंद आठवले ही व्यक्ती मैत्री करण्यासाठी तशी अवघडच. कारण दिलीप यांच्या अगदी विरुद्ध स्वभाव मुकुंद आठवल्यांचा. टोकाची तत्त्वं, पूर्णपणे नास्तिक, तसे अबोलच आणि कुठलाही कौटुंबिक धार्मिक कार्यक्रम पूर्णपणे टाळणारे मुकुंदराव आमच्यासारख्या मोकळ्याढाकळ्या माणसांच्या कळपात सामील झाले, हे फार मोठं आश्चर्य. शैला आणि मुकुंद, दोघेही खासगीपण जपणारे. शैला स्वत:चा आब राखून वागणारी असली, तरीही एका सुरेख मैत्रीची आमची चौकट तयार झाली.

दिलीप प्रचंड बोलघेवडे, सारखे शाब्दिक कोट्या करणारे, परंतु स्पष्टवक्ते; तरीही आमची ही दोन्ही कुटुंबं कशी काय जवळ आली, हा मला गेली वीस वर्षं पडलेला प्रश्नच आहे. याला काही कारणंही असावीत. मी काढलेलं अनुमान असं, की शैला खासगीपण जपणारी आणि मुकुंद टोकाच्या मतांचे असले, तरी दोघंही माणूसघाणे नाहीत. हे एक कारण आणि आम्हा दोघांना आवडणारा दोघांचा निखळ असा सरळ स्वच्छपणा! आमच्या गप्पांमध्ये गॉसिपिंगला थारा नाही, ही जरा आश्चर्याची आणि गमतीची गोष्ट.

कार्यक्रमांच्या अनुषंगानं अनेक मोठमोठ्या व्यक्तींबरोबर संबंध येऊनही कधीही त्याची दाखवेगिरी न करणं हा शैलाचा उपजत स्वभाव आहे.

'आरस्पानी राजवर्खी' हा कार्यक्रम इंदूरला जागतिक मराठी परिषदेच्या उद्घाटनाचा कार्यक्रम होता. आत्ताच्या लोकसभापती सुमित्रा महाजन आणि त्या वेळचे प्रसिद्ध पत्रकार माधव गडकरी आणि शास्त्रज्ञ वसंत गोवारीकर तिथे उपस्थित होते.

'दरवळतो पूरिया' या ग. दि. माडगूळकरांच्या 'पूरिया' काव्यसंग्रहावर आधारित कार्यक्रमाचं संहितालेखन-निवेदन शैलाचं होतं. पूरियाचे महत्त्वाचे प्रयोग मुंबईच्या नेहरू सेन्टरमध्ये तसंच केसरीतर्फे वसंत व्याख्यानमालेत झाले होते. नंतर आम्ही दोघींनी 'विश्ववामा' हा एक निराळ्या पद्धतीचा कार्यक्रम केला. संकल्पना शैलाची. निर्मितीही तिचीच होती. संहितालेखन माझं होतं.

या कार्यक्रमानिमित्तानं शैलामधला विलक्षण चिकाटीचा गुण मला दिसला. एखाद्या गोष्टीच्या मागे लागलं की, ती पूर्णत्वाला जाईपर्यंत न थकता, न कंटाळता काम करत राहणं हा तिचा गुण खरोखरीच वाखाणण्यासारखा आहे. एवढं सतत मोठमोठ्या कार्यक्रमांत, मोठमोठ्या सेलिब्रिटी मंडळींत वावरताना 'घराकडे' कणभरही तिचं दुर्लक्ष होत नाही, हे विशेष आहे. कारण 'घर' उत्तम ठेवणं हा तिचा लाडका छंद आहे. थोडासा मंत्रचळेपणा म्हटला तरीही चालेल. पराकोटीची टापटीप, कुठेही भपका न वाटता सजवलेलं 'देखणं' घर ही शैलाची खासियत आहे.

साध्या खाण्यापिण्याच्या गोष्टी, जेवतानाच्या गोष्टी विशेष नजाकतीनं मांडणं ही तिची सवय आहे. अतिरेकी स्वच्छता आणि सौंदर्यदृष्टी यांच्या जोडीला ती उत्तम सुग्रण आहे.

'विश्ववामा' आणि 'अत्रे नावाचं वादळ' या दोन कार्यक्रमांनिमित्त आमचे एकत्रित प्रवास खूप झाले. अनेक वेळा आमचे दुसरे स्नेही चित्रा आणि माधव काळे आमच्याबरोबर असायचे. कारण मुंबईतले कार्यक्रम असले की, अनेकदा एका रात्रीचा मुक्काम काळे यांचे नातेवाईक तसंच शैलाचं माहेर इकडे असायचे. कार्यक्रमानिमित्त शैलाच्या आईवडिलांशी तसंच बहिणींशी परिचय होत राहिला. आमचं मैत्रीचं कुटुंब वाढत राहिलं.

दोन हजार साली 'स्वरानंद' प्रतिष्ठानतर्फे पं. जितेंद्र अभिषेकी यांच्या सांगीतिक कारकिर्दीचा वेध घेणारा 'स्वरप्रतिभा' हा कार्यक्रम तिनं हातात घेतला. संकल्पना-संहिता आणि निवेदन तिचंच असल्यानं ती खूपच व्यस्त झाली. तसेही तिचे सतत कार्यक्रम चालू असल्यानं आमच्या भेटीही खूप कमी होत असत. परंतु मैत्रीचा धागा कुठे खंडित झाला नाही. माझ्यासमोरची फक्त निवेदिका शैला मुकुंद म्हणून तिचं व्यक्तिमत्त्व केव्हाच संपलेलं होतं. कारण यानंतरच्या काळात मोठमोठ्या कार्यक्रमांचं संहितालेखन आणि निवेदन हे दोन्हीही तिचं चालू झालं होतं. त्यातला 'स्वरप्रतिभा',

'दरवळतो पूरिया', निवडक गदिमा, देवगाणी आणि वसंत नाट्यवैभव हा वसंत कानेटकरांवरचा दृक्श्राव्य कार्यक्रम यांची प्रामुख्याने नोंद घ्यावी लागेल. यांतले काही कार्यक्रम स्वरानंद प्रतिष्ठाननं आखले होते.

संहितालेखनाविषयी मला थोडं सांगायचंय. मी स्वत: काही कार्यक्रमांचं संहितालेखन केलेलं असल्यानं कोणकोणत्या दिव्यांतून जावं लागतं, ते चांगलं माहीतंय. त्यासाठी किती धांडोळा घ्यावा लागतो आणि ते नेमक्या शब्दांत मांडून उत्तमपणे संकलित स्वरूपात मांडावं लागतं, याचा अनुभव आहे.

ग. दि. माडगूळकर, पं. जितेंद्र अभिषेकी, नाटककार वसंतराव कानेटकर, यशवंत देव यांच्यासारख्या महान व्यक्तिमत्त्वांना एका वेगळ्या अभिजाततेनं मांडणं, हे कौशल्याचं काम. परंतु शैलाचा मूळ स्वभाव तिला हे कार्यक्रम लिहिण्यासाठी उपयोगी पडला. 'संशोधन' हा शब्द फारच मोठा असला, तरीही असले कार्यक्रम करताना-लिहिताना अक्षरश: खणूनच काढावं लागतं. शैलानं ते अथकपणे केलं. शिवाय एका बाजूला तिचे निवेदनाचे कार्यक्रम चालूच होते.

वर्तमानपत्रात नेहमी शेवटी फक्त एका वाक्यात अमुकअमुक यांनी सूत्रसंचालन केलं, असं छापून त्या सूत्रसंचालकांचा अक्षरश: अपमान केला जातो, असं मला वाटतं. कारण सूत्रसंचालनासाठीसुद्धा उत्तम असं स्क्रिप्ट लिहावं लागतं. हे चांगलं स्क्रिप्ट काही वेळा प्रेक्षकांची दाद मिळवतं. चांगलं स्क्रिप्ट लिहिण्यासाठीही अभ्यास करावा लागतो, लिखाणाची क्षमता लागते आणि अद्ययावत माहिती पुरेशा खात्रीनं द्यावी लागते. हे सगळं नसेल तर एखादा निवेदक स्वत:चं हसं करून घेतो, हेही आपल्याला माहीतंय.

शैलाच्या बाबतीत 'सर्वांगसुंदर' सूत्रसंचालन एवढंच म्हणता येईल. कार्यक्रम कुठलाही, कितीही लहानमोठा असला, तरीही तिचं निवेदन म्हणजे खणखणीत नाणं असतं. याचं कारण उत्तमाचा ध्यास.

नखाएवढीही तिला कुणाची मदत झाली, तरीही ते पूर्णपणे लक्षात ठेवून त्याला न्याय देणं हा तिच्या स्वभावातला मोठा गुण आहे.

तिनं आत्तापर्यंत घेतलेल्या 'सेलिब्रिटीज'च्या मुलाखती आणि सूत्रसंचालनाचे काही ठळक कार्यक्रम यांचा उल्लेख करणं आवश्यक वाटतं. अनेक मासिकांमधून सातत्यानं विविध विषयांवर तिनं लिखाण केलेलं आहे.

८३व्या अखिल भारतीय मराठी साहित्य संमेलनाचा समारोप जेव्हा झाला, तेव्हा अमिताभ बच्चन यांची विशेष उपस्थिती होती. समारोपाचे सूत्रसंचालक शैला आणि सुधीर गाडगीळ होते. पंडित जितेंद्र अभिषेकी यांच्या षष्ट्यब्दीपूर्ती सोहळ्याचं सूत्रसंचालन शैला आणि सुधीर गाडगीळ यांनी केलं होतं. गानसम्राज्ञी लता मंगेशकर यांच्या हस्ते सत्कारसमारंभ होता.

तिच्या 'स्वरप्रतिभा' कार्यक्रमाचं दिल्ली, बंगलोर आणि महाराष्ट्रात इतरत्रही सादरीकरण झालं. महाराष्ट्राच्या बाहेरही त्याला खूपच मोठा प्रतिसाद मिळाला. पुणे आकाशवाणीतर्फे त्या वेळच्या केंद्रनिदेशक उष:प्रभा पागे यांच्या पुढाकारानं बालगंधर्वमध्ये हा कार्यक्रम सादर केला गेला आणि नंतर दोन-तीन भागात तो आकाशवाणीवर प्रसारित करण्यात आला. 'देवगाणी'चे कार्यक्रम दुबई आणि अबुधाबी इथेही सादर झाले.

सुरुवातीलाच म्हटल्याप्रमाणे ग्लॅमरच्या जगात सतत वावरूनसुद्धा एक स्त्री म्हणून सांसारिक जबाबदाऱ्या उत्तमरीत्या पार पाडणं हे अगदी सहजपणे घडत होतं. सासऱ्यांचं शेवटचं आजारपण आणि मुलीच्या करिअरबद्दल अगदी नेटानं लक्ष घालणं हे तर तिनं चांगलं केलंच; पण तेही अगदी शिस्तीत. तिचे सासरे म्हणजे पूर्णपणे बोलघेवडा माणूस. पुण्यातले नामांकित ज्ञानी पुरुष अहिताग्नी राजवाडे यांचे ते जावई. शैलाच्या सासूबाई या अहिताग्नींच्या कन्या. तिच्या सासूबाईंनी फ्रेंच राज्यक्रांतीवर मोठाली पेन्सिलस्केचेस केली होती. चेहऱ्यांवरचे, डोळ्यांतले हावभाव हुबेहूब टिपणारी ती पेन्सिलस्केचेस शैलाला लग्नानंतर पाहायला मिळाली आणि तिनं त्यांचं बालगंधर्वमध्ये प्रदर्शन भरवलं. 'सृष्टी' संस्थेच्या साहाय्यानं हे प्रदर्शन भरवलं गेलं होतं

स्वत:ची आणि घरातल्यांची खाण्यापिण्याची तसंच औषधपाण्याची वेळच्या वेळी आटोकाटपणे काळजी घेणाऱ्या शैलावर स्वत:च एकदम धाड्कन मोठ्या आजाराशी सामना करण्याची वेळ आली. मणक्याच्या दुखण्याशी खूप मोठा त्रासदायक सामना तिला द्यावा लागला. आम्ही सगळे मित्रमैत्रिणीही ते सारं पाहून हतबल झालो होतो. दोन-दोन ऑपरेशन्स, दीर्घकाळ बेडवर मुक्काम, त्यात मुलीचं बाळंतपण असं सगळं सत्त्वपरीक्षा घेणारं वातावरण पाहून काहीच सुचत नव्हतं.

मुकुंद आठवल्यांचा शांत आणि न डगमगणारा स्वभाव या सगळ्या जीवघेण्या परिस्थितीतून पूर्णपणे स्थितप्रज्ञतेनं मार्ग काढत होता. संपूर्ण घर शैलासकट ते सांभाळत होते. काही दिवस तिची बहीण, तिची नणंद येऊन राहिल्या होत्या. पण मुकुंदरावांची कमाल होती. एवढी शैला बेडवर असून घर तसंच स्वच्छ, टापटीप आणि नेटकं होतं; घरात कामाला बायका होत्या. पण तरीही, मुकुंदरावांनी ते सारं एकहाती सांभाळलं. मुकुंद स्वत: आर्किटेक्ट आहेत; पण नंतर ते सॉफ्टवेअरमध्ये शिरले आणि तिथंच चांगलं करिअर केलं. शैलाच्या या आजारपणात त्यांनी कामातून थोडं लक्ष कमी केलं होतं.

कुठल्याही मोठ्या आजारपणात माणसाचा सर्व बाजूंनी कस लागत असतो. पैसा, मनोबल, धीर आणि शांतपणा या गोष्टी आजारपणाच्या बऱ्याचशा आघाड्या सोप्या करतात. पण पेशंटची खचत जाणारी मन:स्थिती काही वेळा आसपासच्या

माणसांची सत्त्वपरीक्षा पाहते, हेही खरं!

देवावर विश्वास असणाऱ्या श्रद्धाळू माणसांना निदान देवावर सोपवून मानसिक आधार तरी घेता येतो. इथे मुकुंदरावांच्या बाबतीत तेही शक्य नव्हतं. उलटपक्षी, मला वाटतं ते नास्तिक असल्यानंच त्यांना शैलाच्या आजारपणात पूर्ण प्रॅक्टिकल मार्गानं विचार करता आला. त्यामुळे गंडेदोरे, नवससायास, जपजाप्य, पत्रिका पाहणे, याला तिथे जागाच नव्हती. इतरांनी कदाचित या गोष्टी केल्याही असतील.

या मोठ्या आजारातून उठून पुन्हा रंगमंचावर कार्यक्रम करणं, लिखाण करणं हे शैलाकडून होईल का, असे प्रश्न आम्हालाही छळत होते. पण प्रचंड इच्छाशक्तीच्या जोरावर ती पुन्हा जोमानं कामाला लागली. आजारपणातल्या पडझडीच्या खुणा काही काळ होत्याच. पण शैला पुन्हा उभी राहिली आणि २०१६ साली स्वातंत्र्यपूर्व काळातील महाराष्ट्रातले ज्येष्ठ विचारवंत, लेखक असे तिचे आजेसासरे अहिताग्नी राजवाडे यांच्यावरच्या संकेतस्थळाच्या कामाला लागली. अक्षरश: कात टाकून तिनं हे मोठं काम निष्ठेनं पूर्ण केलं. त्या संकेतस्थळाचं महाराष्ट्र साहित्य परिषदेत मान्यवरांच्या हस्ते उद्घाटन झालं, तेव्हा माझ्या डोळ्यांसमोर ती निघून गेलेली, तिच्या आजारपणाची तीन-चार वर्ष सतत आठवत होती. मी मनोमन तिला धन्यवाद दिले.

पुन्हा रंगमंच, लिखाण, कार्यक्रम सुरू झाले आणि घर सजवण्याचा मंत्रचळेपणा पुन्हा सुरू झाला, तेव्हा खात्री पटली की, ती आता खरंच बरी झाली.

पुण्याची स्वरानंद संस्था, गदिमा प्रतिष्ठान, तरंगिणी प्रतिष्ठान (अभिषेकी परिवार). मुंबईचे प्रथमेश कला केंद्र ज्याचे संस्थापक तिची बहीण नीला आणि रवींद्र भिडे आहेत. शिवाय पुण्याची 'सृष्टी' ही संस्था, या संस्था माझ्यासाठी प्रयोगशाळा आहेत, असं शैला म्हणते.

माणसाच्या आयुष्यात रक्ताच्या नात्यापेक्षा मैत्रीचं नातं हे निराळं असतं. 'पारदर्शकता' ही या नात्याची पहिली मागणी असते. कारण स्वत:चं खासगीपण जपताजपता काही वेळा माणसं या नात्यात लपवालपवीला जास्त प्राधान्य देतात, तेव्हा त्या नात्यात गढूळता येते. आमच्या दोघींच्या नात्यात हे कधीच घडलं नाही, हे आमचं भाग्य!

एक गोष्ट आवर्जून सांगितलीच पाहिजे; ती म्हणजे शैलाचं सामाजिक भान. समाजातल्या गरीब घरांतल्या बायका आपल्याकडे कामाला आपण ठेवतो, तशा शैलाकडेही आहेतच. या बायकांसाठी शैलाचा पूर्णपणे काळजी घेण्याचा दृष्टिकोन असतो. शिवाय त्यांच्या मुलांना शिक्षणात मदत करणं हे तर ती करतेच. त्यांच्या घरी एक बाई कामाला होत्या. त्यांची मुलगी त्यांच्याबरोबर असायची. काम करता-करताच ती बी.कॉम. झाली. शैलाच्या मनात आलं, इतक्या साधारण मार्कांवर हिला

नोकरी कशी लागणार? मुकुंद आठवल्यांच्या ऑफिसमध्ये तिला नोकरी दिली. इथपर्यंत ठीक आहे. पण मुकुंदरावांनी तिला ऑफिसमधल्या अनेक अवघड गोष्टी शिकवल्या. बाहेरगावीही तिला पाठवलं. न घाबरता तिनं बोलायला (इंग्रजी) शिकावं, एकटीनं प्रवास करावा, हा उद्देश. तोपर्यंत ती कॉम्प्युटरही उत्तम रीतीनं शिकली. नंतर शैलानं स्वत: खर्च करून तिला एम.सी.एम. करायला लावलं. तिला सगळे गुड्डी म्हणतात. अर्थात गुड्डीनंही नेटानं/ चिकाटीनं तिच्या दृष्टीनं अवघड असलेले हे टप्पे पार केले. आज तिला महिना रुपये ६०,००० ची नोकरी आहे. एका कामवालीची मुलगी केवळ या दोघांच्या मदतीनं एवढी मजल मारू शकली, हे निर्विवाद सत्य आहे.

आजारपणातून उठून नंतर अहिताग्नी राजवाड्यांवरची वेबसाइट शैलानं बनवली, त्यातला गुड्डीचा (रूपाली बंडगर) फार मोलाचा वाटा होता. कोणत्याही गरीब मुलांच्या शिक्षणाबाबतीत शैला आग्रही असते. त्यासाठी कितीही मदत करायची तिची तयारी असते. नंतरही एका मुलीच्या शिक्षणासाठी तिनं खूपच आटापिटा केला होता. घरातल्या कामवाल्या बायकांचं ऋण ती मोठ्या मनानं मान्य करते. त्या बायकांना घरच्या सदस्याप्रमाणे सन्मानानं वागणूक देणं हा तिचा स्थायिभाव आहे. आम्हा सर्वांजवळ या बायकांचं सतत कौतुक करून ती त्यांना शिस्तीचं महत्त्वही पटवत असते. पाठीवर मारलेली थाप तर जनावरांनाही जोरात पळण्याची ऊर्मी देते. मग माणसं तर काय? त्यांना तर मन असतं, भावना असतात, गरजा असतात. तेव्हा त्यांनाही सन्मानानं वागवणं हे आपलं कर्तव्य आहे, असं तिचं मत.

एवढं सगळं करूनही त्याच्या कुठेही बढाया नाहीत किंवा गवगवा नाही. एवढीशी गोष्ट दुसऱ्यासाठी केली, तरी माणसं त्याची सतत वाच्यता करतात.

घरातून उठून जाऊन सामाजिक कार्य करण्याचा आपला पिंड नाही ना, मग घरातच डोळ्यांसमोर दिसत असताना आपण हा पुढाकार घ्यायला काय हरकत आहे, हा तिचा पक्का विचार आहे. मोठ्या आजारपणातून उठल्यानंतर तिचं घर सांभाळणाऱ्या सर्व बायकांचे तिने मनापासून सन्मान केले. भरभरून कौतुक केलं.

एक अतिशय शिस्तबद्ध, नेटकेपणानं आणि सचोटीनं वागणारी ही माझी मैत्रीण ग्लॅमरच्या जगात वावरूनही पूर्णपणे उत्तम 'संसारी' गृहिणी आहे, हे मला जास्त भावतं. याचं मी एक अनुमान काढते ते असं– असंख्य कार्यक्रमांतून मोठ्या अभिनेत्रीपासून ते मोठमोठ्या गायकांपर्यंत सर्वांच्या तिनं मुलाखती घेतल्यात, लेख लिहिलेत, त्यांच्यावर कार्यक्रम केलेत; त्या प्रत्येकातून तिनं ऊर्जा घेतलीय आणि स्वत:चं व्यक्तिमत्त्व घडवलंय. 'माहेर' मासिकाचा महिला विशेषांक निघाला होता, त्यात प्रसिद्ध अभिनेत्री सुलभा देशपांडे यांची तिनं प्रदीर्घ मुलाखत घेतली होती. 'नयति इति नायिका' या सदरातली ती मुलाखत होती. सुलभाताईंचा घरातला वावर,

व्यवस्थापन यांविषयी ती भरभरून सांगत होती. ते दोन्ही लेख अप्रतिम झाले आहेत.

आयुष्य जगताना कुठल्या माणसांच्या सहवासात आपण वावरतो, कुठलं वातावरण तुम्हाला काहीतरी शिकवून जातं, हे अत्यंत महत्त्वाचं असतं. कारण समूहातूनच माणूस घडत असतो. चुका करतो, सावरतो, उंच भरारी घेतो आणि स्वत:चं एक सुबक व्यक्तिमत्त्व तयार करतो. याचं एक छानसं उदाहरण म्हणजे शैला मुकुंद.

◆

आयुष्यात काही योगायोग हे अचंबित करणारे असतात. काही वर्षांपूर्वी पुणे फेस्टिव्हलच्या 'मिसेस पुणे' या कार्यक्रमाची परीक्षक म्हणून मला बोलावणं आलं होतं. माझ्याबरोबर आणखीन दोघीतिघी परीक्षक होत्या. त्यांतल्या एकीशी माझी ओळख करून देण्यात आली- या जयश्री फडणवीस. भरपूर उंची, कुरळे केस, छानसी ग्रेसफुल साडी अंगावर, हातांत भरपूर बांगड्या आणि देखणा चेहरा. पाहताक्षणी प्रेमात पडावं, असं व्यक्तिमत्त्व. 'हाय प्रज्ञा', असं म्हणून तिनंच हात पुढे केला आणि तो क्षण आमच्या मैत्रीचा पाया घालणारा ठरला. हळूहळू ओळख वाढत गेली. प्रसंगाप्रसंगांनी भेटत राहिलो आणि तिच्या नेहमीच्या प्रसन्न गोड हसण्यामागे दडलेले आयुष्यातले खाचखळगेसुद्धा मला कळायला लागले. आमच्या ओळखीच्या त्या पहिल्यावहिल्या काळात तर तिच्या आयुष्यात फारच पडझड चालू होती; पण तिच्या चेहऱ्यावर मात्र सतत प्रसन्नताच होती.

कॉलेजच्या पहिल्या वर्षाला असताना १८/१९ व्या वर्षी चांगलं स्थळ आलं

म्हणून आईवडिलांनी तिचं लग्न लावून दिलं होतं. नागपूरचं प्रतिष्ठित घराणं. पुढे कोणत्याही परिस्थितीत शिक्षण घेणारच, हा तिचा निश्चय मान्य झालेला. सगळं कसं छानच होतं. पती-पत्नी पुण्यात होते. कारण पतीचा व्यवसाय पुण्यात होता. मुलगा तीन महिन्यांचा असताना नवऱ्याचा मोठा अपघात झाला. जयश्रीचे आईवडील केरळच्या टूरवर गेले होते. सासरची मंडळी फारच दूर होती. त्या वेळी मोबाइल नव्हते. तीन महिन्यांच्या मुलाला शेजाऱ्यांकडे ठेवून वीस वर्षांची जयश्री 'रुबी' हॉस्पिटलमध्ये गेली, तेव्हा प्रसिद्ध न्यूरोसर्जन डॉ. प्रदीप बाफना तिला पाहिल्यानंतर आश्चर्यचकित झाले. ही एवढी कोवळी तरुणी हे सगळं कसं काय पेलणार? ट्रीटमेंटचे सगळे सोपस्कार पूर्ण केल्यानंतर बाफनांनी तिच्या पतीला वेळेपूर्वी डिस्चार्ज दिला; कारण मुलगा तान्हा होता. जगात देव आहेच याची खात्री पटावी, असा निर्णय बाफनांनी घेतला. दिवसभराच्या सर्व अपॉइंटमेंट्स आटोपून रात्री दहा- साडेदहाला डॉ. बाफना आणि भाभीजी जयश्रीच्या घरी जाऊन तिच्या नवऱ्याला ट्रीटमेंट द्यायचे. एकूण सहा महिने नवरा अंथरुणावर होता. आणि डॉ. बाफनांनी एकही पैसा न घेता त्याला बरं केलं. जयश्री म्हणते, 'डॉ. बाफनांसारखा देवमाणूस नसता, तर मी त्या वेळी काय केलं असतं?' अशा अनेक सत्त्वपरीक्षांची मालिकाच मग आयुष्यात सुरू झाली. तिच्या पतींनी तिच्या शिक्षणाला मात्र पूर्णपणे प्रोत्साहन दिल्यामुळे जयश्री MBA पर्यंत शिकली. तिचं MBA मार्केटिंगमध्ये आहे. पुढे पीएच.डी. केलं ते मॅनेजमेंटमध्ये. दुसरी मुलगी थोडी मोठी झाल्यानंतर तिच्यापुढे मोठमोठे प्रश्न उभे राहायला सुरुवात झाली होती. पतीचं व्यवसायातलं अपयश आणि अल्कोहोलचा घरातला प्रवेश हा घराला हादरा देणारा ठरला. छोट्या-मोठ्या नोकऱ्या करत मुलांच्या शिक्षणाकडे बारकाईनं लक्ष देत तिनं आणि काही भागीदारांनी 'एलिक्झिर' ही इंग्रजी लिहिता-बोलता येण्याचं शिक्षण देणारी संस्था काढली. सध्या तिच्या साठ शाखा आहेत. जयश्रीचं इंग्रजी भाषेवर प्रभुत्व आहे. शिवाय तमीळ, बंगाली, हिंदी या भाषा ती अस्खलित बोलू शकते.

एक दिवस सहकुटुंब माझ्याकडे जेवायला आली. दोन-तीन तास हसत-खेळत गेले; पण रात्रभर मला काहीतरी विचित्र फीलिंग येत होतं. तिच्या संसारात कुठेतरी काहीतरी चुकीचं घडतंय, असं उगाचच वाटत राहिलं. पुन्हा भेटल्यानंतर मी तिला तसं बोलूनही दाखवलं. मी बोलून दाखवताक्षणी तिच्या कुठल्यातरी जखमेवरची खपली निघाली आणि मग तिच्या आतल्या मनाचं अविरत वाहणं सुरू झालं. पुढचे तीन-चार तास ती मोकळी होत होती आणि मी तिला मोकळं होऊ देत होते. तो होता आम्हा दोघींच्या आयुष्यातला आणखी जवळ येण्याचा क्षण. तिथे गाठ आणखी पक्की बसली. पुढे ती फारच व्यापात, एका मोठ्या अडचणीत गुंतल्यामुळे भेटीगाठी कमी होत होत्या. फोन केला की, 'प्रज्ञा, काय म्हणतेस?' हा आर्जवी स्वर

कानावर पडायचा आणि बोलणं सुरू व्हायचं. एक गोष्ट आवर्जून सांगितलीच पाहिजे की, घरी कितीही वादळ चालू असली, तरी तिच्या बोलण्यातला गोडवा, आर्जव कधीही कमी झालं नाही. मुळातच एक शांत, सभ्य आणि ठाम विचाराची स्त्री मी तिच्यात नेहमी पाहते. कारण तिला वडिलांची एक मुख्य शिकवण होती, ती म्हणजे 'बी ॲसरटिव्ह बट पोलाइट!' जयश्री अजूनही तशीच वागते. सॉफ्टस्किलची ट्रेनिंग्ज तसंच व्हिजिटिंग फॅकल्टी म्हणून MBAच्या विद्यार्थ्यांना शिकवणं हे तिनं केव्हाच सुरू केलं होते.

कॉर्पोरेट क्षेत्रात इंग्रजी कॉम्पेअरिंग करताना गव्हर्नमेंटचे मोठमोठे कार्यक्रम, राष्ट्रपती, मंत्री यांच्या भेटीचे कार्यक्रम असे अनेक कार्यक्रम तिच्या इंग्रजी निवेदनानं दिमाखात पार पडतात. अशाच एका कॉर्पोरेट मीटिंगसाठी गेलेली असताना 'बृहन्स नॅचरल प्रॉडक्ट्स'चे मार्केटिंग हेड श्री. मिलिंद दातार तिला भेटले आणि 'रामोजी फिल्म सिटी'चे रामोजी यांना एरिया मॅनेजर म्हणून कुणीतरी हवंय असं सांगून त्यांनी तिला रामोजींकडे जाऊन भेटायचा सल्ला दिला. ती आधी जायला तयार नव्हती; पण सर्वांच्या आग्रहास्तव रामोजींकडे हैदराबादला मुलाखतीसाठी गेली. अनेक उमेदवारांमधून जयश्रीची निवड झाली. जयश्री सांगते, ''रामोजींकडून मी 'नम्रता' हा गुण प्रामुख्यानं शिकले. एवढ्या मोठ्या पसाऱ्याचा मालक इतका नम्र असू शकतो, हे त्यांच्याकडे पाहून कळलं. 'स्त्री' कर्मचाऱ्यांची वडीलकीच्या नात्यानं काळजी घेणं हे त्यांचं वैशिष्ट्य आहे.'' एका महिन्याच्या ट्रेनिंगनंतर जयश्री रामोजी फिल्म सिटीची पुणे एरिया मॅनेजर झाली. एक वर्षभरानंतर तिचं काम पाहून त्यांनी तिला रीजनल मॅनेजर म्हणून प्रमोशन देऊ केलं; परंतु मुलांच्या शैक्षणिक तसंच त्यांच्या इतर बाबींकडे जास्त लक्ष पुरवण्यासाठी तिनं ते प्रमोशन नाकारलं. तिची एक महत्त्वाची गोष्ट नमूद करावीशी वाटते की, सतत कामात व्यस्त असूनही मुलांकडे कधीही तिनं दुर्लक्ष केलं नाही. अतिशय लखलखतं करिअर असूनही मुलं ही पहिली प्रॉयॉरिटी तिनं कायम ठेवली. त्यामुळे तिची दोन्ही मुलं उत्तमरीत्या शिकली आणि उच्चपदावर कार्यरतही आहेत. मुलगा अमेरिकेत आहे. मुलगी इथं सायकॉलॉजीची प्रोफेसर आहे.

अल्कोहोलमुळे संसार अत्यंत विपरीत मार्गावरून चालला होता; पण तरीही मुलांच्या मनात कोणताही तिरस्कार निर्माण होणार नाही, याची सर्वतोपरी काळजी तिनं घेतली. 'मन:स्वास्थ्य' हे कणभरही नसताना जयश्री तिच्या कामामधे कशी काय शंभर टक्के योगदान देते, हे आजतागायत मला न उमगलेलं कोडं आहे.

'आंत्रप्रूनर इंटरनॅशनल' तर्फे जे.आर.डी. टाटांच्या जन्मशताब्दीनिमित्त जुलै २०१० ला तिला 'आउटस्टँडिंग वूमन आंत्रप्रूनर' पुरस्कार दिला गेला. त्यापूर्वी २००९ मधे मानाचं 'गार्गी' ॲवॉर्ड डॉ. विजय भटकरांच्या हस्ते मिळालं होतं. महाराष्ट्राचे माजी गव्हर्नर डॉ. पी. सी. अलेक्झांडर यांच्या हस्ते जागतिक महिला

दिनाच्या निमित्तानं २००२ मधे तिला शैक्षणिक क्षेत्रातला 'डायनॅमिक वूमन' म्हणून पुरस्कार मिळाला होता. 'मिसेस महाराष्ट्र' आणि 'मिसेस पुणे' हे पुरस्कार तर तिनं केव्हाच पटकावले होते. एक अगदी वैशिष्ट्यपूर्ण गोष्ट म्हणजे २०१४ सालच्या 'लवासा वूमन कार रॅली'मध्ये गिनीज बुक ऑफ वर्ल्ड मध्ये तिचं नाव नोंदलं गेलं. म्हणजे इथेही चमकणं झालंच. सांसारिक आयुष्य आणि करिअर हे दोन मार्ग सतत समांतर राहिले तिच्या आयुष्यात. आयुष्य उपभोगणं आणि आयुष्य भोगणं हे दोन्ही शब्दप्रयोग अर्थाच्या दृष्टीनं संपूर्णपणे निराळे आहेत. जयश्रीनं करिअरमध्ये आयुष्य छानपैकी उपभोगलं म्हणता येईल आणि वैवाहिक पातळीवर मात्र.

खूप कमी वेळा आम्ही बोललो असू; परंतु बोललो तेव्हा भरभरून बोललो. एखाद्या दुखऱ्या भागाला जराजरी स्पर्श झाला; तरी डोळ्यांसकट मनही वाहायला लागायचं तिचं! बाह्य जगातलं मोठं यश आणि आयुष्यातल्या महत्त्वाच्या नात्यातलं अपयश हे एकदम दोन्ही तिनं कसं काय पेललं असेल, हा प्रश्न अनेक वेळा पडतो. परंतु शांतपणानं, कोणताही त्रागा न करता, चेहऱ्यावर कोणतीही जखमेची खूण दिसू न देता सगळ्याला धीरानं सामोरी गेली ती! आयुष्याचा जोडीदार त्याच्या घरी नागपूरला कायमचा गेल्यानंतर मात्र तिच्या आयुष्याला नव्यानं सुरुवात झाली. दोघांमध्ये कोणतेही वाद नाहीत, टोकाचे मतभेद नाहीत; पण तरीही त्याच्या जीवघेण्या व्यसनानं तिला अशा जागेवर आणून ठेवलं, तेही तरुणपणात, की इतक्या छान स्त्रीच्या वाट्याला हे सारं यावं, याची खंत वाटते.

आता बरचसं खळाळतं पाणी शांतअथांग झालंय. मुलं छान शिकलेली आहेत. आपापल्या संसारांत सुखात आहेत. जयश्रीचं शैक्षणिक क्षेत्रातलं काम चालूच आहे. मुक्तांगण इंग्लिश मीडिअम स्कूलमध्ये शिक्षिका म्हणून केलेली सुरुवात आता एमबीए स्टुडंट्ससाठी लेक्चर्स देण्यापर्यंत येऊन ठेपलेली आहे. मधल्या काळात ढीगभर शैक्षणिक प्रकल्पांत काम करून झालेलं आहे. युनेस्को पॅरिसच्या वर्ल्ड पीस सेन्टर प्रकल्पात एक्झिक्युटिव्ह को-ऑर्डिनेटर म्हणून काम केलेलं आहे. एम.आय.टी. कॉलेजमध्ये असोसिएट प्रोफेसर म्हणून काम करतेय. टी.व्ही.वर अनेक चर्चात्मक कार्यक्रमांत भाग घेतलेला आहे. सॉफ्टस्किल ट्रेनिंगचं काम अजूनही चालू आहे.

एक माणूस म्हणून एक कणखर आणि आनंदी स्त्री म्हणून तिची ओळख करून द्यावीशी वाटते. मार्केटिंगसारख्या विषयात तिनं एमबीए केलं असल्यानं अनेक वेळा विद्यार्थिनी तिला विचारतात, "मॅडम, मार्केटिंगसारख्या पुरुषांच्या क्षेत्रात काम करताना तुम्हाला अडचणी येत नाहीत का?" त्यावर जयश्रीचं उत्तर असं असतं– "तुम्ही पुरुषांमधले कोणते गुण ॲक्टिव्हेट करता, यावर बरंचसं अवलंबून आहे. तुमचा पेहराव, बोलण्यातली सभ्यता आणि परिपक्वता तसंच तुमचा 'सवंग'पणाचा लवलेशही नसणारा वावर यात फार महत्त्वाची भूमिका बजावतो." जयश्री म्हणते,

"तरुण वय, बऱ्यापैकी रूप, हुशारी असं दिसल्यानंतर समाज खडे टाकून पाहतच असतो. पण तुम्ही किती चलाखपणे ते ओळखून परिपक्वतेनं वावरता, यावर तुमचं संपूर्ण चरित्र आणि चारित्र्य ठरत असतं." आता सगळा वाईट काळ निघून गेलाय. तो निघून जाताना 'तरुण वय' त्यात जखमी झालं, हे मान्य आहे. पण आता सर्व आघाड्यांवर सगळं छान आहे. आयुष्याच्या उत्तरार्धात मुलीच्या पुढाकारानं एक छान साथीदार मिळालाय. दोघंही आपापल्या व्यवसायात चांगलं काम करतायत. जयश्रीच्या डोळ्यांतले केव्हाही भरून येणारे ढग आता निवळलेत. आकाश निरभ्र झालंय. सध्या सॉफ्टस्किल, एमबीएच्या मुलांना शिकवणं, निरनिराळ्या कॉर्पोरेट इव्हेन्ट्ससाठी इंग्रजी सूत्रसंचालन करणं हे चालू असलं, तरी आणखी एक प्रकल्प ती राबवतेय. 'एलिक्झर' वाढताना तिचं स्वतःचं 'डिझायनर लर्निंग सिस्टिम्स'चं काम चालू होतं; पण 'एलिक्झर'चा पसारा वाढताना या कामाकडे थोडं दुर्लक्ष झालं होतं. सध्या पुन्हा तिनं त्यात लक्ष घातलंय. त्याचे सर्वांत मोठे क्लायंट आहेत एनआयए नॅशनल इन्शुरन्स अकॅडमी आणि भारतातल्या शिपिंग कंपन्या! (भारतातल्या बारा प्रमुख बंदरांवरच्या लोकांचे ट्रेनिंग चालू असतं.) APEC पोर्ट ट्रेनिंग बेल्जिअमकडून होतं तर सॉफ्टस्किल ट्रेनिंग जयश्रीच्या कंपनीमार्फत होतं आणि ते आहे 'डिझायनर लर्निंग सिस्टिम!'

ढीगभर उद्योग करणं तिला भागच होतं; कारण कुठूनही कसलीही (सासर-माहेर) आर्थिक मदत नव्हती. दोन्ही मुलांची जबाबदारी होती. ती समर्थपणे एकटीनं तिनं पार पाडली. जयश्रीच्या या संपूर्ण प्रवासात तिच्या आईवडिलांचे संस्कार आणि भक्कम पाठबळ तिला सतत उभारी देत राहिलं आहे. तिच्यातली बुद्धिमत्ता, भाषांवरचं प्रभुत्व हे तिचं आत्मबळ आहे. तिचे वडील गव्हर्नमेंटच्या सीटीआरएल मध्ये सायंटिस्ट म्हणून कार्यरत होते. मूळची अमरावतीजवळच्या दर्यापूरची ही मंडळी मुंबईमध्ये आल्यानंतर आईनं मुलीच्या बरोबरीनं शिक्षण घेऊन एम.ए. केलं आणि चेंबूरच्या झोपडपट्टीत अंगणवाडी सुरू केली. अशा कर्तबगार आईवडिलांची ही कर्तबार मुलगी जयश्री माझी मैत्रीण. ती माझ्यापेक्षा खूप लहान असूनही पहिल्या भेटीपासूनच तिनं मला प्रज्ञाताई वगैरे न केल्यामुळे आम्ही पटकन एकदम मैत्रीच्या पातळीवरच आलो. सुरुवातीच्या अतिशय अल्प परिचयात तिला माझ्यासमोर स्वतःला उलगडावंसं वाटलं. हीच आमच्यातल्या पुढच्या विश्वासू मैत्रीची सुरुवात होती, असं म्हणावंसं वाटतं.

प्रत्येक माणसाच्या आयुष्यात चढउतार असतातच. काहींचे जास्त तीव्र असतात एवढंच. तरुण वयात शिक्षणापासून आणि नंतर लग्नापासून माणसं आयुष्याची सुरुवात करतात. पुढच्या भविष्यकाळातले अंधारे कोपरे तसंच उजळून टाकणाऱ्या वाटा यांबद्दल काहीच माहीत नसतं. त्यामुळे माणसं येईल त्या क्षणाला दिलखुलास

जगत असतात. तेही छानच असतं म्हणा! म्हणून तर जगणं सोपं होत असतं. पण आयुष्य बरंचसं जगून झाल्यावर गुलजारांचे शब्द आठवतात, 'जीने के लिये सोचाही नहीं, दर्द संभालने होंगे।' या शब्दांची सतत आठवण ठेवली तर आयुष्यातले तीव्र उतारही सोपे होऊन जातील. जयश्रीनं सगळं सांभाळून कर्तृत्वाच्या एकेक पायऱ्या पार केल्या आणि स्वत:ला सिद्ध केलं. एका तरुण स्त्रीनं काही आव्हानात्मक मार्ग शोधून त्या मार्गांवर यशाचे एकेक खांब रोवले. आर्थिक बाजू अक्षरश: एकटीनं कष्ट करून भक्कम केली आणि मुलांना मानानं जगायला शिकवलं. सासरच्या 'प्रतिष्ठित' घराण्यानं अक्षरश: पाठ फिरवली होती. माहेरच्यांनी बाकी सर्व पाठबळ दिलं. पण जगण्यासाठी पैसा लागतो. तो प्रतिष्ठित मार्गानं मिळवणं पाहायला गेलं तर पुरुषांना सोपं जातं; पण स्त्रीसाठी अवघड असतं.

कुणाच्याही नजरेतून उतरण्यासाठी 'निमिष'सुद्धा पुरतं. पण प्रतिष्ठेसाठी फारफार जपणूक लागते. ती जपणूक दमछाक करणारी असते. मन मारणारी असते आणि अंधारात रडवणारी असते. मुलांच्या नजरेत एक 'स्वच्छ, छान आणि आरपार पाहता येणारी आई' होणं हे फार मोठं आव्हान होतं. जयश्रीनं ते पूर्ण शक्तीनिशी पेललं आणि स्वत:ला सिद्ध केलं.

◆

एखाद्या घराण्यात कुठली ना कुठलीतरी वेडं चालू असतात. एखाद्याच्या घरी पुस्तकवाचन, एखाद्याच्या घरी काहीतरी कला, एखाद्याच्या घरी गाणं ठाण मांडून असतं. माझ्या माहितीत असं एक घर आहे की, त्यांच्या घरी सतत काहीतरी शिक्षण घेणं चालू असतं. शिक्षणानं भरगच्च भरलेलं हे घर आहे, पुण्यातील ज्येष्ठ पत्रकार किरण ठाकूर याचं. किरण ठाकूर नुसते फक्त पत्रकारच असते, तर हा लेख लिहायचा प्रपंच मी केला नसता. परंतु त्यांच्या पीएच.डी.चा प्रबंध जो आहे तो भारतातला या विषयावरचा पहिला प्रबंध आहे. तो विषय आहे 'वेब एडिशन्स ऑफ इंडियन न्यूजपेपर्स' ऑनलाइन जर्नालिझममधली वेब एडिशन्स. अतिशय कष्टपूर्वक केलेलं हे संशोधन फारच नेटकं झालेलं आहे.

तीस वर्षे पत्रकारिता केली असली, तरी त्यांनी शैक्षणिक क्षेत्रात जास्त काम केलेलं दिसतं. कोणत्याही वर्तमानपत्राचे संपादक अथवा त्यासाठी लेखन त्यांनी केलेलं नाही; पण संशोधनपर काम खूपच केलंय. आमच्या घराच्या वरच्या

मजल्यावर 'युनायटेड न्यूज ऑफ इंडिया'चं ऑफिस होतं. त्याचे मुख्य म्हणून ते काम करीत असताना आमचा स्नेह जास्त वृद्धिंगत झाला. तसे ते पहिल्यापासून दिलीपचे मित्र होते. पण यूएनआयमध्ये ते आल्यानंतर आमची दोघांची कुटुंबं जास्त जवळ आली.अत्यंत हळू पण खोचक बोलणारे, नेमकं बोलणारे असे किरण ठाकूर, अगदी नेम धरून कळायला जरा वेळ लागणारे विनोद करतात. ते त्यांचं वैशिष्ट्य आहे. यूएनआयनंतर इंडियन पोस्ट आणि ऑब्झरवर ऑफ बिझनेस ॲन्ड पॉलिटिक्स या वर्तमानपत्रांमध्येही त्यांनी काम केलं. पुणे विद्यापीठाच्या जर्नलिझम डिपार्टमेंटचे विभागप्रमुख आणि प्रोफेसर म्हणून त्यांनी सहा वर्षं काम पाहिलं. असंख्य विद्यार्थ्यांना त्यांनी खरोखर घडवलेलं आहे.

एक वर्षभर अहमदाबाद इथल्या 'मुद्रा इन्स्टिट्यूट ऑफ कम्युनिकेशन्स रिसर्च'चं काम पाहत असताना त्या वेळी मुद्राचं मीडिया डिपार्टमेंट आस्था चॅनेलवर चालणाऱ्या रामदेवबाबांच्या कार्यक्रमाच्या प्रेक्षकांचा तसंच २००८ च्या लोकसभा निवडणुकीत इंटरनेटचा उपयोग यांवर अभ्यास करीत होतं. ठाकूरांच्या घराण्यात आता–घराणं हा फार मोठा शब्द आहे. त्याला अनेक चांगले-वाईट अर्थही आहेत. परंतु ठाकूरांच्या घराण्यात म्हणताना त्यांचे सर्व नातेवाईक हा अर्थ आहे, सर्व उच्चशिक्षित तर आहेतच; परंतु सातत्यानं नवनवीन शिकत राहायचं, हा सगळ्यांचा 'छंद' आहे. त्यांतले बरेचसे डॉक्टर, डॉक्टरेट केलेले आहेत. संस्कृत भाषा ही त्यांच्या परिवारातली लाडकी भाषा आहे. 'संस्कृत'मध्ये अस्खलित भाषणं वगैरे करणारी मंडळी त्यांच्या परिवारात आहेत. 'चिकाटी' हा महत्त्वाचा गुण ठाकूरांच्या घरात आहे. ते स्वत: बऱ्याच उशिराच्या वयात कॉम्प्युटर शिकले आणि आता जवळजवळ सर्व काम ते कॉम्प्युटर माध्यमातून करतात.

या चिकाटीमुळेच विद्यापीठ अनुदान आयोगाच्या निधीतून दोन मोठे संशोधन-प्रकल्प त्यांनी पार पाडले आहेत. घरातल्या भावा-बहिणींच्या बऱ्याचशा जबाबदाऱ्या पार पाडत त्यांनी अत्यंत निष्ठेनं शैक्षणिक क्षेत्राला वाहून घेतलेलं आहे. पुणे श्रमिक पत्रकार संघ आणि पुणे पत्रकार प्रतिष्ठान या संस्थांच्या उभारणीत त्यांचा महत्त्वाचा वाटा होता. संशोधनात्मक काम हे त्यांचं आवडीचं क्षेत्र असल्यानं उगाचच सनसनाटी आणि उथळ पत्रकारिता त्यांनी कधीच केली नाही. विनाकारण कुठल्यातरी वादाला तोंड फुटेल अशी भडक विधानं ते पत्रकार असूनही कधी करत नाहीत, हे वैशिष्ट्य. डावे. पुरोगामी, प्रतिगामी, हा पक्ष, तो पक्ष यांपैकी कोणाचीच बाजू हिरिरीनं मांडून स्वत:ला सतत प्रकाशात ठेवणं त्यांना जमत नाही. पत्रकारितेसारख्या सतत 'उकळत्या' माध्यमात असूनही अत्यंत शांतपणे, नेमस्तपणे ते आपलं काम करत असतात, हे विशेष...

खरं म्हणजे त्यांचा हाडाचा शिक्षकी पेशाच आहे, असं वाटतं. पीएच.डी.च्या

विद्यार्थ्यांचे गाइड म्हणून काम करताना सुरुवातीलाच म्हटल्याप्रमाणे अनेक उत्तमोत्तम विद्यार्थी त्यांनी घडवलेले आहेत. सध्या ते पुण्याजवळच्या 'फ्लेम' या माध्यम संस्थेत त्यांच्या संशोधन आणि प्रकाशन कमिटीचे चेअरपर्सन म्हणून काम पाहतात.

किरण ठाकूरांना संशोधनाच्या विविध प्रकल्पांत काम करायची मानसिक शांतता ही केवळ त्यांच्या कुटुंबामुळे, त्यांच्या कष्टाळू पण सदा हसतमुख असलेल्या पत्नी शलाकामुळे मिळाली आहे, हे निर्विवाद सत्य. गेली तीस-चाळीस वर्षं मी तिला पाहतेय, ते सतत काम, स्वच्छता, पाहुणेरावळे आणि अगत्य यांत गुरफटलेली! त्यांच्या पत्रकारनगरमधल्या घराभोवतालची देखणी, आखीवरेखीव बाग ही पूर्णपणे शलाकाची निर्मिती आहे. साधं पण देखणं आणि प्रसन्न घर हे केवळ शलाकाचं कर्तृत्व आहे. नातेवाईक भरपूर असल्यानं सतत आलागेला, सतत कुणीतरी शिकायला असा राबता असूनही ठाकूर आपलं अभ्यासू व्रत कधीही सोडत नाहीत. आम्हा दोघांच्या रंगमंचीय कार्यक्रमांची सुरुवात केवळ ठाकूरांमुळे झाली, असं म्हणावं लागेल. पु. ल. देशपांडे यांच्या पंचाहत्तरीनिमित्त रेडिओवर माझा कार्यक्रम झाला होता. त्या कार्यक्रमाचे उल्लेख बऱ्याच लेखांमध्ये आलेले आहेत. तर हा कार्यक्रम सृष्टी या संस्थेसाठी रंगमंचावर सादर करावा, ही कल्पना ठाकूरांनी प्रथम मांडली. सृष्टीचे त्या वेळचे कार्यवाह श्री. प्रशांत कोठाडिया आणि ठाकूर यांनी ही कल्पना उचलून धरली. मग नंतर रेडिओच्या कार्यक्रमाची पद्धत आणि रंगमंचावरच्या कार्यक्रमाची पद्धत या दोन्हींतला फरक लक्षात घेऊन काही वेगळी रचना करून तो कार्यक्रम रंगमंचावर सादर झाला. तोपर्यंत निवेदनाव्यतिरिक्त मी कोणत्याच कार्यक्रमासाठी रंगमंचावर आले नव्हते. ती एक चांगली सुरुवात माझ्यासाठी झाली, असं मानायला हरकत नाही. त्यानंतर 'आचार्य अत्रे', 'विश्ववामा' हे कार्यक्रम रंगमंचावर बऱ्याच संख्येने केले.

सुरुवातीलाच म्हटल्याप्रमाणे ठाकूरांचं घर हे शिक्षण, कला तसंच सांस्कृतिक आणि सामाजिक बांधिलकी मानणारं घर आहे. त्यांचा मोठा मुलगा नचिकेत यानं डिझाइनमध्ये इंजिनिअरिंग केलंय आणि शिवाय तो उत्तम कलाकार आहे. 'बांबू' या विषयातला तज्ज्ञ आहे. धाकटा मुलगा झी टीव्हीवर क्रिएटिव्ह डायरेक्टर म्हणून काम पाहतो. मोठी सून फॅशन डिझाइनमधली उच्च पदवीधर असून ती मॉर्डन कॉलेजमध्ये त्या विषयाची एचओडी आहे. धाकटी सूनही माध्यमातच काम करते. डिस्कव्हरी चॅनलचं काम ती पाहते. किरण ठाकूरांची बहीण भारती ठाकूर! बहुतेकांना त्यांचा परिचय आहे. काही वर्षापूर्वी त्या नर्मदा परिक्रमेसाठी गेल्या होत्या. तिथे त्यांना आढळून आलं की, इथे मुलांना शिक्षण नाही मिळत आणि मग ती व्यसनी बनतायत. त्यांच्या मनानं घेतलं की, इथे शाळा काढायला हवी. झालं, एक स्फुलिंग पुरेसं झालं आणि जवळजवळ एकटीच्या बळावर त्यांनी तिथं शाळा सुरू केली.

काम सुरू झाल्यानंतर काही दानशूर हात पुढे आले आणि पाहता पाहता जवळजवळ १८०० पर्यंत मुलांची संख्या जाऊन आता एक खरीखुरी समाजोपयोगी संख्या तिथं उभी राहिलीय. ठाकूरांच्या घरातला हा एक लखलखता हिरा आहे. तर असं हे ठाकूरांचं घर. प्रत्येक जण स्वतंत्र काहीतरी घेऊन आलेला आहे. किरण ठाकूर सतत कोणत्यातरी शैक्षणिक कामाशी जोडलेले असतात, साथीला पत्नी शलाका माणसं जोडत असते, नातेवाइकांचं, मित्रमैत्रिणींचं आतिथ्य करत असते आणि एका बाजूला निर्मला पुरंदरे यांच्या वनस्थळीमध्येही काम करते. शांत, हळू आवाजात पण रोखठोक बोलणारे किरण ठाकूर हातातलं काम मात्र 'ठणठणीत' करत असतात, हे सांगावंच लागेल. इंग्रजीवर त्यांचं विशेष प्रभुत्व असल्याने माझ्या अनुवादाच्या कामात मी त्यांच्याकडून अनेक शब्दांबद्दल शंकानिरसन करून घेतलेलं आहे.

माझ्या मते 'मैत्र' म्हटलं म्हणजे काय अन् किती दिलं-घेतलं, याचे हिशेब नसतात. फक्त प्रेमानं, हक्कानं भांडणं आणि फोनवरच एकमेकांचे 'प्रेमळ' वाभाडे काढणं हे मात्र सतत चालू असतं. 'काय करता? बोलणी खाण्यासाठीच आपला जन्म...' हे त्यांचं आवडतं वाक्य एकदा ऐकलं की, कान तृप्त होतात.

◆

काही वर्षांपूर्वी ज्ञानप्रबोधिनीच्या तळमजल्यावरच्या हॉलमध्ये दीपा लागूंचं भाषण होतं. त्या भाषणाला जायचा मला योग आला होता. कार्यक्रम सुरू व्हायला काही अवधी होता. तेवढ्यात मोठं कुंकू लावलेल्या, पांढऱ्या साडीतल्या, मोठा अंबाडा घातलेल्या खणखणीत आवाजाच्या एका हसऱ्या स्त्रीनं माझं लक्ष वेधून घेतलं. त्या वेळी आम्ही अत्रे यांच्यावर कार्यक्रम करीत होतो. त्या आल्या ते थेट माझ्याशेजारी बसलेल्या बाईंजवळ. त्यांना मोठ्या आवाजात म्हणू लागल्या– ''यांना ओळखता का? या प्रज्ञा ओक... यांचा आचार्य अत्रे यांच्यावरचा कार्यक्रम खूपच सुंदर आहे. जरूर पाहा.'' मी तर चक्रावून गेले. माझीच ओळख मला माहीत नसलेल्या स्त्रीनं करून देणं हे अजबच होतं. मी हसून त्यांच्याकडे बघितलं आणि विचारलं, ''तुम्ही पाहिलाय का कार्यक्रम...'' अर्थात हे विचारणं वेडेपणाचंच होतं. कारण तो त्यांनी पाहिला असल्याशिवाय त्या बोलतच नव्हत्या. पण काहीतरी बोलायचं म्हणून मी बोलले. त्या म्हणाल्या, ''म्हणजे काय? म्हणून तर यांना सांगितलं! मी सुधा चांदोरकर. तुम्ही

मला ओळखत नाही. पण मी तुम्हाला ओळखते. अहो, मी सृष्टीची मेंबर आहे. (सृष्टी या संस्थेची) त्यामुळे तुमचे सर्व कार्यक्रम मी पाहिले आहेत.'' सृष्टी या संस्थेचे प्रशांत कोठडिया यांच्या पुढाकारामुळे आमचे सृष्टीमध्ये तीन-चार मोठे कार्यक्रम झाले होते. प्रशांत कोठडिया हा खूपच हरहुन्नरी, मिट्ठास बोलणारा, कार्यक्रमांची चांगली जाण असणारा असा माणूस. कार्यक्रमाबाबतीत निश्चिंतपणे भरवसा ठेवावा असं नेटकं नियोजन प्रशांत आणि त्यांचे सहकारी करायचे. त्यामुळे अत्यंत उत्साहानं, रिलॅक्स वातावरणात आम्ही कार्यक्रम केले. तर सृष्टीच्या कार्यक्रमांमुळे सुधाताई वारंवार भेटू लागल्या आणि यथावकाश दोघींच्या स्वभावानुसार छानशी मैत्री जुळली.

मनानी, गुणांनी तसंच कर्तृत्वानं अस्सल अशी माणसं मला आयुष्यात वारंवार भेटली, ही माझ्या आयुष्यातली समृद्धी समजते मी! त्या दृष्टीनं भरपूर श्रीमंत आहे मी. बरं, ही माणसं नुसती आयुष्यात येऊन जाताजाता भेटली असं नाही, तर ती माझ्या आयुष्यात कायम वसतीला आली, हे माझं भाग्य!

सुधाताई तर सर्वार्थानं माझ्या जिवलग म्हणता येतील अशा. आमच्या दोघींच्या वयात जवळजवळ पंधरा वर्षांचं अंतर. त्या वयानं मोठ्या असल्या, तरी मैत्रीच्या पातळीवर आम्ही बोलू शकतो. पुण्यातले प्रसिद्ध कार्डिओलॉजिस्ट डॉ. अनिरुद्ध चांदोरकर हे त्यांचे सुपुत्र. मुलगीही डॉक्टरच.

सुधाताई उत्तम वाचक असल्यानं पुस्तक हा आमच्या गप्पांमधला प्रमुख विषय. शिवाय स्वभाव अगदी लोभसवाणा. त्यांना आजूबाजूला कोणतीच गोष्ट वाईट दिसत नाही. भरभरून कौतुक करण' हा त्यांचा स्थायिभाव आहे. अत्यंत लाघवी स्वरात त्या कौतुक करायला लागल्या की, आपण स्वतःला फारच कर्तबगार समजायला लागतो. वयाच्या पाचव्या वर्षी त्यांची आई गेली आणि सोळा-सतराच्या अवखळ वयात त्यांचं एकदम लग्न झालं. बालपण सगळं कोल्हापुरात गेल्यानं तिथल्या आठवणी जास्त!

सुधाताई हे खरोखर वेगळंच रसायन आहे. मैत्री करणं हे त्यांचं व्यसन आहे. त्यांनी लिहिलेलं 'चेहरे' हे पुस्तक त्याची साक्ष देतं. उत्कृष्ट ललित लेखांचं हे पुस्तक सुधाताईंचं सांसारिक आयुष्य तर उलगडतंच; परंतु त्यांचं सामाजिक भान जास्त अधोरेखित करतं, असं मला वाटतं. त्यांचे पती हवाईदलात नोकरी करत असल्यानं भारतभर बदल्यांच्या गावी भ्रमंती होताना सुधाताईंसारखी बाई किती प्रकारची 'मैत्रं' जमवत असणार, याची कल्पनाच केलेली बरी! त्या म्हणतातच- 'मला माणसं जोडायला आवडतात. जीवनातल्या मार्गावर कितीतरी भेटत गेले, कुणी हसून पुढे झाले, तर कुणी दखल न घेता समोरून गेले. ना खेद, ना खंत!'

अत्यंत निखळ असा स्वभाव असलेली ही बाई भरभरून वाचते. वाचन हे त्यांचं माणसं जोडण्यासारखंच आणखी एक व्यसन. त्यामुळे त्यांचा स्वतःचा

ग्रंथसंग्रहही भरपूर आहे. शिवाय पुस्तकं वाचायला देण्याची आवडही तितकीच आहे. सुधाताईंची बरीचशी वैशिष्ट्यं ही त्यांच्या स्वभावाशी निगडित आहेत. बोलका स्वभाव, भरभरून आनंद देण्याची वृत्ती, कोणत्याही गोष्टीत समरसून कृती करण्याची तयारी या गोष्टी त्यांच्या सांसारिक जीवनात खूपच उपयोगी पडलेल्या दिसतात. ऐन युद्धकाळात अंबाला इथं फक्त दोन लहान मुलांना घेऊन राहणं, साधारणत: दोन-दोन, तीन-तीन दिवस नवऱ्याचं घरी न येणं (युद्धामुळे) अशा वेळी त्यांनी तिथेही 'जमवलेली' माणसं त्यांच्या आधाराला आलेली पाहायला मिळतात. युद्धाच्या काळात अचानक कर्फ्यू आणि ब्लॅक आउटमध्ये दोन मुलांना पोटाशी घेऊन एक रात्र एकटीनं काढलेला प्रसंग त्यांच्या कणखरपणाला दाद देणाराच वाटतो. दुसऱ्या दिवशी सकाळी 'माणसं भेटली, तेव्हा रात्रीचा अनुभव मला आणखीन धैर्य देऊन गेला,' असं त्या म्हणतात.

सुधाताई चांगल्या लेखिका आहेत. 'अभंगसुधा' हे त्यांचं अभंगांवरचं पुस्तक फारच चांगलं आहे. 'खरेखुरे' अभंग आहेत ते. चांगल्या वाचक आणि चांगल्या लेखिका असल्यानं एकूणच साहित्यिक कार्यक्रमांबद्दल त्यांना जबरदस्त आस्था आहे. शैला (मुकुंद) आणि मी 'विश्ववामा' कार्यक्रम तयार करत होतो. त्यामध्ये हॅरीएट स्टो या लेखिकेची एक व्यक्तिरेखा आहे. गुलामांच्या प्रश्नाला वाचा फोडण्यासाठी तिनं त्या काळी एक कादंबरी लिहिली, 'अंकल टॉम्स केबिन!' या कादंबरीची दखल खुद्द अब्राहम लिंकनलाही घ्यावी लागली होती. गुलामांचा प्रश्न त्या वेळी अमेरिकेत बऱ्यापैकी चिघळलेला होता.

आम्ही आमच्या स्क्रिप्टमध्ये 'अंकल टॉम्स केबिन'वर बऱ्यापैकी सविस्तर लिहिलं होतं. पण सांगायचा महत्त्वाचा मुद्दा असा की, सुधाताईंनी इतकी जुनी कादंबरी मला तत्काळ आणून दिली आणि त्याचा मला चांगलाच उपयोग झाला. एखादं चांगलं पुस्तक बाजारात आलं की, लगेच फोन येतो, 'मी घेतलंय ते पुस्तक. तुला हवं असलं तर घेऊन जा...' कुठल्याच बाबतीत हात आखडता नाही. माणसं पुस्तकं देण्याच्या बाबतीत खूप कंजूष असतात (घेताना मात्र तशी नसतात); पण इथे सगळा कारभार 'देण्याचाच...' कुणाबद्दलही विपरीत काही शेरे मारणं, नावं ठेवणं, कुचाळक्या करणं या गोष्टी त्यांच्या आसपासही नाहीत. खरंच त्यांना आसपासच्या जगात वाईट कधी काही दिसत नाहीच. त्यांच्याच कवितेतल्या ओळी इथं जास्त समर्पक आहेत- 'जगी एकही नाही भेटला कुरूप चेहरा, कधीच मजला चेहऱ्यामागील मनि डोकावता सुंदरतेचा अर्थ गवसला.' कुरूप चेहऱ्यामागेसुद्धा काहीतरी छानसं सुरेख असतं, हे त्यांच्याप्रमाणेच सगळ्यांनाच उमगायला पाहिजे. कारण अजूनही वरच्या रूपानुसार आपण माणसं जोखतो...

सुधाताईंच्या या स्वभावामुळेच बहुधा लहानपणीचं आई गेल्याचं दु:ख त्या

हसतहसत पेलू शकल्या असाव्यात. त्यांच्या आयुष्यात अनेक चढउतार आले. ते प्रत्येकाच्या वाट्याला येतात. खूप नातेवाईक, काही जोडलेले असे, त्यात नवरा फिरतीवर. मुंबईच्या लहान जागेत मुलांचं डॉक्टरीसारखं मोठं शिक्षण. अशा वेळी खूप कष्ट करून (पूर्वी नोकरचाकरांचा वावर नसे) दोन्ही मुलं उत्तमरीत्या डॉक्टर होणं हे सुधाताईंचंही यश म्हणावं लागेल. मुलांची शिक्षणं संपतासंपता त्यांनी म्हटल्याप्रमाणे त्यांनी स्वत:चेही हात धुऊन घेतले. पुन्हा शिक्षण घेऊन एम.ए.ची पदवी मिळवली. एम.ए.ला 'ज्ञानेश्वर' अभ्यासाला होते. त्यामुळे पुढे 'ज्ञानेश्वर' हा जिवाचा सखा झाला. ज्ञानेश्वरीवर सुधाताई उत्तम प्रवचन करू शकतात.

सुधाताईंनी संसाराच्या जबाबदाऱ्या आणि बाहेरचे सांस्कृतिक कार्यक्रम यांचं गणित इतकं छान बसवलं होतं की, कौतुक वाटायचं. त्यांची दोन्ही नातवंडंही 'टॉपर' असल्यानं त्या दोघांचे क्लासेस, खाणीपिणी, त्यांच्या वेळा सांभाळणं हे सुधाताई चोखपणे करीत असत. सूनबाईही डॉक्टर असल्यानं सुधाताई घरचं छानपणे निभावत होत्या. आता पाठीच्या दुखण्यानं, वयामुळे शिवाय दोन्ही नातवंडं अमेरिकेला गेल्यानं घरचं फारसं बघावं लागत नाही. पण ज्या वेळी त्या संसारात पूर्णपणे बुडालेल्या होत्या, तेव्हा दिवसभर घरातली ठेवरेव आणि संध्याकाळी सांस्कृतिक कार्यक्रमांना जाणं हे सहजगत्या होत होतं. सुधाताईंचे पती आणि त्या, दोघंही उत्तमोत्तम कार्यक्रमांना आवर्जून हजेरी लावत. अमुक करावं लागतं म्हणून वेळ नाही, हे वाक्य कधीही त्यांच्या तोंडून ऐकलं नाही. त्यांच्या सूनबाई अरुणा म्हणजे सुधाताईंची मुलगीच आहे. सुधाताईंच्या मध्यंतरीच्या पाठीच्या आजारपणामुळे कार्यक्रमांना नेऊन पोहोचवणं, पुन्हा आणायला जाणं हे काम 'हल्लीच्या' काळात एक डॉक्टर सून करते, हे मला फारच अप्रूपाचं वाटतं. पण खरोखर त्या दोघींचं नातं हे आई-मुलीचंच आहे. सुनेचा विषय निघाला की, साधारणपणे सासवा आपली मतं फारच जास्त 'मोकळी' करताना आपण पाहतो. पण सुधाताई अपवाद आहेत. 'अरुणा' हा त्यांचा महत्त्वाचा आधार आहे. दोघींचं नातं हे अगदी एकजीव झालेलं आहे.

कधीही घरी आल्या, तरी काहीतरी पदार्थ घेऊन येणारच. याची एक महत्त्वाची आठवण म्हणजे माझ्या मुलीचं-मधुराचं-लग्न ठरलं होतं. लग्नानिमित्त घरात पाहुणेरावळे, येणंजाणं चालू होतं. एकदा सकाळी सुधाताईंचा फोन आला की, 'आहेस का घरात? मी अकरापर्यंत येतेय.' ठरल्याप्रमाणे अकरा वाजता हजर झाल्या आणि हातात एक बऱ्यापैकी मोठा स्टीलचा डबा ठेवला. मी विचारलं 'काय आहे हे?' त्यावर हसतच त्या म्हणाल्या, 'अगं, घरी केलेलं लोणकढं तूप आहे हे. लग्नघरात लागतातच या गोष्टी जरा जास्त!' मी अवाक्‌च झाले. खरीखुरी संसारी स्त्रीच हे असं वागू शकते, इतक्या दूरदर्शीपणानं विचार करून त्यांनी आणलेली ही

भेट मला सुखद धक्का देऊन गेली. जवळजवळ किलोभर ते रवाळ तूप आमचं लग्नघर छानपैकी साजरं करू लागलं.

माझी दोन्ही मुलं त्यांना कमी भेटतात; पण त्यांच्या चौकशीशिवाय फोन कधीही पूर्ण होत नाही. मधुराच्या बाळंतपणात व्यवस्थित बाळंतविडा करून मायेनं चार-दोन सूचना करून गेल्या. आता नंतरच्या प्रत्येक फोनमध्ये नातवाचंही नाव जमा झालं. माझी आई गेली तेव्हा भेटून जाताना एक पत्र देऊन गेल्या. इतकं सुंदर पत्र वाचताना मी ढसाढसा रडून घेतलं. सुधाताईंना मोठी बहीण म्हणायचं का आई म्हणायचं, हा संभ्रम मला ओळख झाल्यापासून पडलाय. कारण बहिणीसारख्या मोलाच्या सूचना आणि आईसारखी काळजी करणं हे दोन्हीही त्या करतात. मी आत्तापर्यंत केलेल्या कार्यक्रमांचं भरभरून कौतुक तर त्यांनी केलंच; पण आपल्या मुलीनं एखादा पराक्रम गाजवावा, असा अभिमानही त्यांनी बाळगला.

सुधाताई, या निवृत्त मेजर जनरल शशिकांत पित्रे यांच्या भगिनी. शशिकांत पित्रे यांनी काही पुस्तकंही लिहिली आहेत. ओघानंच सुधाताईंना युद्धपरिस्थितीचं जवळून दर्शन झालेलं आहे. नुसतेच अनेक उन्हाळे-पावसाळे भोगून केस पांढरे झाले, असं म्हणणाऱ्या माणसांपेक्षा सुधाताईंचे उन्हाळे-पावसाळे म्हणजे अनेक अनुभवांची पोतडीच आहे. चांगले-वाईट अनुभव, नात्यांमधला विविधरंगी गोफ, मैत्रीचे विविध रंग, लहानपणचं आईवेगळं बालपण, प्रौढपणी घेतलेलं शिक्षण, 'ज्ञानेश्वरां'ना खराखुरा सखा करून त्यामध्ये गुंतणं आणि आमच्यासारख्या उत्तरायुष्यात भेटलेल्या मैत्रिणी. किती रोमांचकारी हे आयुष्य! त्यात काही टोचणारे खडे आहेतच. पण त्यांच्या चेहऱ्यावर काहीच दिसणार नाही. अत्यंत व्यस्त असलेला हृदयाचा डॉक्टर असा त्यांचा मुलगा अनिरुद्ध आईच्या हृदयाला सर्वतोपरी जपतोय! सून 'अरुणा' म्हणजे त्यांचा मुख्य आधार. मुलगी तिच्या संसारात मग्न आहे. नातवंडं शिक्षणातले एकेक मानदंड पार करतायत. सगळं काही 'असावे सुंदर' असंच आहे. सुधाताई यू डिझर्व्ह...

'अभंगसुधा' हे अभंगांचं पुस्तक! त्याविषयी थोडं लिहायला पाहिजे. अभंगसुधा वाचताना काही ठिकाणी ज्ञानेश्वरांच्या ओव्या वाचल्याची अनुभूती आली. आठव्या अभंगातली 'सल' मला मनोमन कळली. क्रमांक अठ्ठ्याण्णवमधली भावना उमगून गेली. बाकी सगळे अभंग म्हणजे सुधाताईंमधल्या आध्यात्मिक बैठकीची पोचपावतीच आहेत. त्यांचा निरहंकारी, निर्वैरी, तसंच सतत तृप्तीचा भाव असलेला मूळ स्वभाव यात जागोजागी भेटतो. एक अत्यंत कर्तव्यदक्ष आई, पत्नी, रसिक स्त्री, व्यासंगी व्यक्ती अशी त्यांची ओळख मनात आहे. त्यामुळे सुधाताईंना 'टाळणं' किंवा विसरणं म्हणजे आमच्यात प्रगल्भता नसणं, असंच म्हणावं लागेल. इतकी लाघवी

स्त्री मी आजपर्यंत पाहिली नाही. श्रीयुत चांदोरकर गेल्यानंतर आम्ही भेटायला गेलो. त्या वेळची त्यांची वागणूक अजून स्मरणात आहे. त्या दिवशी अत्यंत समतोल बाळगलेली एक स्त्री आम्ही पाहिली. सतत साथीला असणारा साथीदार निघून गेल्यानंतर 'ज्ञानेश्वरी' जगलेली स्त्रीच असं आचरण करू शकते.

◆

पु. ल. देशपांडे यांचा मी केलेला रेडिओवरचा कार्यक्रम रंगमंचावर करू या, असा प्रस्ताव घेऊन आमचे स्नेही श्री. किरण ठाकूर घरी आले तेव्हा सुरुवातीला मी नकार दिला होता. 'सृष्टी' या नावाजलेल्या संस्थेतर्फे तो करू या असं त्यांचं म्हणणं होतं. ऑडिओ माध्यमातून एकदम रंगमंचावर कार्यक्रम करायचा तर बरेच बदल करावे लागणार होते. शेवटी हो ना करता करता तो करायचं ठरलं. त्यानंतर 'सृष्टी' संस्थेचे संस्थापक श्री. प्रशांत कोठडिया माझ्या घरी आले. अतिशय नम्र बोलणं, देखणं व्यक्तिमत्त्वं आणि खूप आश्वासक असं सांगणं. त्यामुळे अगदी पहिल्या भेटीतच आम्ही दोघंही- मी आणि दिलीप- अगदी निवांत झालो.

मग कार्यक्रमाचा नवीन आराखडा तयार करण्यापासून ते रिहल्सर्स वगैरे आमच्या घरी सुरू झाल्या आणि प्रशांतचं घरी येणं वाढलं. रंगमंचावरचा कार्यक्रम फारच सुंदर झाला. माझ्या बरोबर दिलीप ओक होते. कार्यक्रमापर्यंत झालेल्या भेटी तसंच कार्यक्रमाच्या वेळी पाहिलेलं उत्तम संयोजन यामुळे एक गोष्ट प्रकर्षानं लक्षात

आली ती म्हणजे प्रशांत कोठडिया हा माणूस एक उत्तम संघटक आहे. नंतर 'सृष्टी'चे आम्ही मेंबर झालो. अत्यंत उत्तमोत्तम कार्यक्रम पहिल्यांदा 'सृष्टी'च्या रंगमंचावर सादर झाले आणि नंतर ते कार्यक्रम पुढे खूपच प्रसिद्ध झाले. त्यातले काही कार्यक्रम म्हणजे सुषमा देशपांडे यांचा 'तिच्या आईची गोष्ट', तसंच किशोर कदम यांचं कवितावाचन, (तेव्हा किशोर कदम 'सौमित्र'च्या ग्लॅमरपर्यंत गेले नव्हते)... असे असंख्य कार्यक्रम आहेत. त्याविषयी मी पुढे लिहिणारच आहे. पण प्रशांत कोठडिया ही व्यक्ती ही काय काय करते, किती चौफेर आवाका आहे, केवढी प्रचंड जनसंपर्क आहे हे हळूहळू कळत गेलं. पुढे आमचेही काही कार्यक्रम 'सृष्टी'नं केले. या लेखाच्या निमित्तानं पुन्हा प्रशांतशी गप्पा मारल्या तेव्हा नंतर आणखीनही त्याचे बरेच पैलू कळले.

'वनराई' या मोहन धारियांच्या ट्रस्टमध्ये सेक्रेटरी म्हणून काय करताना वनराई मॅगझिनचं संपादनही १९८६ ते १९९२पर्यंत प्रशांत करत होता. त्याच्या म्हणण्यानुसार तिथेच उत्तम संघटन करण्याची सवय लागली. कारण वनराईचे बरेच कार्यक्रम होत असत. शिवाय प्रशांतचा स्वभाव, भाषेवरचं प्रभुत्व (मराठी, गुजराती, इंग्रजी) आणि आर्जवी बोलणं या खूपच मोठ्या त्याच्या जमेच्या बाजू म्हणता येतील. 'बायफ' ट्रेनिंग सेन्टरमध्ये कार्यक्रम समन्वयक म्हणून काम करताना 'एनजीओज'साठी अगदी बिहार, उत्तर प्रदेश, कर्नाटकपासून महाराष्ट्र राज्यात अनेक खेडेगावांत प्रशिक्षण शिबिरं त्यानं आयोजित केली आहेत. यशवंतराव चव्हाण मुक्त विद्यापीठात रिजनल डायरेक्टर म्हणून काम केलं आहे.

असंख्य उद्योगांत रमलेला प्रशांत कॉलेजपासून ते एम.ए. करताना विद्यापीठातसुद्धा कायम संघटक म्हणून उत्तमरीत्या काम करत होता. तेव्हापासून सांस्कृतिक कार्यक्रम उत्तम पद्धतीनं आयोजित करणं याची सवयच होऊन गेली होती. उपजत असलेली रसिकता, संघटना कौशल्य तसंच आर्जवी स्वभाव या वैशिष्ट्यांमुळे प्रशांत सगळीकडे अग्रभागी असणार हे उघडच होतं. त्याप्रमाणे असंख्य विविध प्रकारच्या कार्यक्षेत्रात त्यानं सहजगत्या काम केलेलं दिसतं. वनराई मित्रमंडळाकडून पर्यावरण, प्रदूषणविषयक कार्यक्रम करताना मिलिंद देशपांडेंसारखा उत्साही मित्र मिळाला, असं प्रशांतनं आवर्जून सांगितलं. पुढे 'सृष्टी' संस्थेचं काम करताना उत्तम जनसंपर्क आणि कार्यक्रमांची नेमकी जाण असलेले विश्वास कणेकर हे मित्रही त्याला अत्यंत महत्त्वाचे वाटतात.

स्त्रीवादी विचारसरणीची उज्ज्वला ही त्याची सहचारिणी आहे. सिंबायोसिसमध्ये यूथ कोऑर्डिनेटर म्हणून काम करताना तिथे उज्ज्वलाची भेट झाली. उज्ज्वला कोकणस्थ ब्राह्मण तर प्रशांत हा जैन... पण विवाहात कुठे विरोधी सूर लागला नाही. लग्न झालं तेव्हा पोटापाण्याचं काय, हा प्रश्न होता. मित्र म्हणायचे इंग्लिशचा प्रोफेसर हो. कारण तेव्हा प्रशांत एम.ए. फर्स्ट क्लास होता. पण तसं घडलं नाही. प्रशांतचे वडील, तसंच

मोठे बंधू नावाजलेले वकील होते. वडिलांची इच्छा होती की प्रशांतनंही वकील व्हावं म्हणून त्याने एलएल.बी.सुद्धा केलं. परंतु अगदी चाकोरीबद्ध जीवन जगणं हा त्याचा पिंडच नाही मुळी. त्यामुळे असंख्य उद्योग करत राहणं, त्यात चांगल्यापैकी गुणवत्ता राखणं हे तो सातत्यानं करत राहिला. त्याच्या 'सृष्टी' या संस्थेविषयी जरा विस्तारानं लिहायलाच पाहिजे. आता त्याच्या सृष्टी या संस्थेविषयी असं खरं पाहता म्हणता येणार नाही, कारण त्यात कोअर ग्रुप म्हणून होताच. परंतु प्रशांत हा 'सृष्टी'चा प्रमुख चेहरा होता. सांस्कृतिक तसंच सामाजिक आशयघन कार्यक्रम हे 'सृष्टी'चं वैशिष्ट्य होतं. निरनिराळे स्वतंत्र कार्यक्रम तसंच चर्चासत्रं, कवितांचे कार्यक्रम अत्यंत सुरेख संयोजनानं 'सृष्टी'नं पार पाडले आहेत. 'सृष्टी' हे शीर्षक सुचवलं ते उज्ज्वलानं. अशोक नायगांवकर, अशोक बागवे, ना. धों. महानोर, भाऊसाहेब पाटणकर (शायरीकार), किशोर कदम, विनय आपटे, शैला मुकुंद, सुषमा देशपांडे, डॉ. श्रीराम लागू, यमुनाबाई वाईकर अशी दिग्गज मंडळी सृष्टीच्या रंगमंचावर येऊन गेली आहोत.

आमचा पु. ल. देशपांडे यांवरच्या रंगमंचावरचा पहिला कार्यक्रम झाल्यानंतर खास पु.ल. आणि सुनीताबाईंच्या उपस्थितीत पुन्हा एकदा तो कार्यक्रम 'सृष्टी'तर्फे केला गेला. प्रेक्षागृहात त्या दिवशी पु. ल. देशपांडे, सुनीताबाई, प्रसिद्ध कवयित्री इंदिरा संत, नारळीकर दांपत्य, डॉ. संचेती, श्रीनिवास पाटील अशी मंडळी प्रेक्षक म्हणून हजर होती. नंतर आचार्य अत्र्यांवरचा 'अत्रे नावाचं वादळ' हा मी लिहिलेला कार्यक्रम पहिल्यांदा 'सृष्टी'तर्फेच केला गेला. त्या दिवशी आचार्य अत्र्यांच्या धाकट्या कन्या मीना देशपांडे हजर होत्या. या कार्यक्रमाची एक छानशी आठवण म्हणजे खुद्द शिरीष पै यांनी या कार्यक्रमासाठी स्वतःकडचा अत्र्यांचा मोठा फोटो आम्हाला दिला होता. तोच फोटो आम्ही अजूनही प्रत्येक कार्यक्रमात वापरतो. रंगमंचावर पहिल्यांदा मला आणण्याचं श्रेय हे सर्वस्वी श्री. किरण ठाकूर आणि प्रशांत कोठडिया यांचा द्यायला पाहिजे. रेडिओवर अनाउन्सर म्हणून बराच काळ काम केलं होतं. पण रंगमंचावर रेडिओचे निमंत्रितांच्या उपस्थितीतले कार्यक्रम वगळता इतर वेळी रंगमंचावर येणं झालं नव्हतं. श्रोते ते प्रत्यक्ष प्रेक्षक हा प्रवास 'सृष्टी'मुळे घडला. 'आरस्पानी राजवर्खी' हा कुसुमाग्रजांच्या कवितांचा कार्यक्रम सृष्टीनं केला. विनय आपटे आणि शैला मुकुंद हे दोघेजण कार्यक्रम सादर करत असत. याच कार्यक्रमामुळे माझा शैलाबरोबर परिचय झाला आणि नंतर ती 'अत्रे नावाचं वादळ' कार्यक्रमातली एक कलाकार झाली.

पुढे शैला मुकुंद यांचीच निर्मिती असलेला 'विश्ववामा' हा कार्यक्रमसुद्धा 'सृष्टी'नं केला. या कार्यक्रमाचं लेखन माझं होतं. खरं पाहता हा कार्यक्रम पूर्णपणे मनोरंजक नाही. एक वैचारिक कार्यक्रम म्हणूनच त्याची दखल घ्यावी लागते. साधारण दीडशे वर्षापूर्वीपासून ते आत्तापर्यंत झालेला स्त्रीच्या कर्तृत्वाचा प्रवास त्यात मांडलेला आहे. लोकांना करमणूकप्रधान कार्यक्रम जास्त भावतात. 'वैचारिक'

म्हटलं की, माणसं जरा दूर जातात. पण कार्यक्रमाची संकल्पना प्रशांतला सांगितली. त्याच क्षणी त्याचा होकार आला. सृष्टीचे मेंबर हे चांगले वाचक आणि गुणग्राहक आहेत. 'विश्ववामा'ला सुंदर प्रतिसाद मिळाला.

माझ्या वैयक्तिक दृष्टीनं तर असं झालं की कार्यक्रमाचा पहिला नारळ सृष्टीच्या रंगमंचावर फोडायचा आणि नंतर इतरत्र ते कार्यक्रम करायचे असंच घडत गेलं. त्यामुळे कार्यक्रमासाठी सतत भेटीगाठी, चर्चा या चालू असायच्या. प्रत्येक वेळी प्रशांतच्या स्वभावातले संघटक म्हणून निरनिराळे पैलू जाणवायचे. त्याच्याबरोबर त्याचे इतर टीममेंबर होतेच. शेखर केंदळे, संजय गोखले, उज्ज्वला या साऱ्यांचा आयोजनात भाग असायचाच. पण तरीही प्रशांत हा सगळीकडे असायचा.

'विश्ववामा'चा ५०वा कार्यक्रम टिळक स्मारक मंदिरात झाला. त्या वेळी प्रसिद्ध वक्ते श्री. शिवाजीराव भोसले अध्यक्ष म्हणून होते. तेव्हा शिवाजीराव भोसले दै. सकाळमध्ये 'जागर' हे सदर लिहीत होते. दोन-तीन दिवसांनी 'जागर'मध्ये शिवाजीरावांनी या कार्यक्रमाचा उल्लेख करून 'असे वैचारिक कार्यक्रम ऐकण्याची श्रोत्यांनी सवय करायला हवी,' असंही पुढे लिहिलं... हा कार्यक्रम फक्त मनोरंजनाचा नाही, प्रेक्षक येतील का... वगैरे कसलाही विचार न करता प्रशांतनं अत्यंत उत्साहानं कार्यक्रमाचं नियोजन केलं होतं. नेहमीप्रमाणे सृष्टीच्या रंगमंचावर पहिला कार्यक्रम आणि नंतर पुढे ठिकठिकाणी इतरत्र तो कार्यक्रम सादर होणं हा नेहमीचा सिलसिला चालू राहिला. सृष्टीसाठी जे जे कार्यक्रम आम्ही सुचवले ते जवळजवळ सर्वच कार्यक्रम सुनियोजितपणे पार पडले. 'सृष्टी महोत्सव' आणि 'चालता बोलता दिवाळी अंक' हे दोन मोठे कार्यक्रम प्रशांतनं काही वर्ष सुरेखरीत्या राबवले.

'सृष्टी'साठी भरघोस वेळ देतानाच त्याचं स्वतःचं असं काम चालायचंच. १९९७ ते २००६ पर्यंत तो 'पेन इन इंडिया'चा फील्ड डायरेक्टर म्हणून काम पाहत होता. परदेशातले विद्यार्थी इथे येऊन वेगवेगळ्या कुटुंबात राहून भारतीय संस्कृती आणि समाजजीवनाबद्दल अभ्यास करतात. त्यांच्या सहली आयोजित करणं. वेगवेगळ्या सांस्कृतिक कार्यक्रमांना त्यांना नेऊन त्याची माहिती देणं, असं त्याच्या कामाचं स्वरूप होतं. महाराष्ट्रात एनजीओजमध्ये त्यानं बरंच काम केलं असल्यानं त्यातल्याच उत्तम अनुभवाचा, जनसंपर्काचा फायदा त्याला महाराष्ट्र, गुजरात आणि मध्य प्रदेशमध्ये कन्सल्टंट म्हणून काम करताना निश्चित झाला. सतत काहीतरी निरनिराळं करत राहणं ही काही माणसांच्या मनातली ऊर्मी त्यांना स्वस्थ बसू देत नसते. मनातल्या उकळत्या कल्पना प्रत्यक्षात आणल्याशिवाय ही माणसं स्वस्थ राहत नाहीत. 'नुसतं जगत राहणं' यांना मान्य नसतं. अर्थात अशा माणसांच्या वाट्याला काही वेळा इतरांचे मत्सर, गैरसमज, ईर्षा, खाली खेचणे असे प्रकार येतातच. प्रशांतच्या वाट्याला यातलं काही आलं नसेल असं नाही. परंतु

सतत हसतमुख आणि नम्र बोलणं हे त्याचं कुठेही लोपलं नाही. मध्ये बराच काळ संपर्क नव्हता. पण आमच्या संवादात ते काळाचं अंतर कधीच आलं नाही. कधीही भेट झाली तरी तेच आर्जव आणि तेच हास्य चेहऱ्यावर दिसणार.

ज्यूपिटर मॅगझिन्स तर्फे, त्याचे मित्र भूषण केरूर यांनी आणि प्रशांतनं पु.ल.च्या आमच्या कार्यक्रमाची सीडी काढायचं ठरलं. पुन्हा सीडीच्या निमित्तानं आम्ही एकत्र आलो. हा कार्यक्रम दिलीप ओक आणि मी सादर करायचो. पुन्हा एकदा सीडीच्या दृष्टीनं काही बदल, काही भर घालावी लागली. तेव्हा पु.ल. यात नव्हते. सुनीताबाईंना सर्व कल्पना देऊन काही ठिकाणी त्यांचा सल्ला घेऊन सीडी तयार झाली. तेव्हा मोबाइलचं प्रस्थ नव्हतं. प्रशांतचं सर्व काम लेखी स्वरूपात. प्रशांतचं अक्षर अत्यंत सुंदर आहे. सीडीबद्दल ठरवताना सगळं काही लेखी स्वरूपात व्यवस्थितपणे त्यानं पार पाडलं. त्यात प्रसिद्ध अभिनेते मोहन जोशींचं निवेदन होतं. मोठमोठ्या माणसांशी प्रचंड ओळखी, अफाट जनसंपर्क या त्याच्या गुणांचा त्याला तसंच आम्हा कार्यक्रम करणाऱ्या मंडळींनाही छान उपयोग झालेला आहे. प्रशांतचं एक महत्त्वाचं वैशिष्ट्य सांगता येईल ते म्हणजे त्याची सामाजिक कामाची ओढ विलक्षण आहे. त्यामुळे सांस्कृतिक कार्यक्रम आणि सामाजिक काम या दोन्हीचा त्यानं उत्तमरीत्या मेळ घातलेला आहे.

अझीम प्रेमजी फाउंडेशनचा प्रोग्रॅम हेड तसंच कन्सल्टंट म्हणून काम करताना त्यांनी गुजरातमधल्या दोन गावांमध्ये शासनाच्या शैक्षणिक तसंच सर्व शिक्षा अभियानातर्फे नऊशे पन्नास प्राथमिक शाळांना गुणवत्तापूर्ण शिक्षा देण्याचा कार्यक्रम राबवला. आता सध्या दोन हजार तेरा-अठरापर्यंत अझीम प्रेमजी फाउंडेशन तसंच अझीम प्रेमजी युनिव्हर्सिटीमध्ये महाराष्ट्र, गोवा आणि गुजरातचा कन्सल्टंट म्हणून तो काम पाहतोय. 'सृष्टी' तसंच पश्चिम घाट बचाव मोहीम, शब्द फाउंडेशन, ट्रायबल इन्स्टिटट्यूट ऑफ डेव्हलपमेंट ॲन्ड एज्युकेशन, सासवडची परिसर विकास संस्था आणि लातूरच्या बुधोडे इथल्या ग्रामीण श्रमिक प्रतिष्ठान इथलीही कामं तो पाहतो. इतकं विविध विषयांत काम करणारा प्रशांत हा एक बहुपेडी व्यक्तिमत्त्वाचा माणूस आहे. तो उत्तम बोलतो, उत्तम नकला करतो, छान संयोजन करतो, उज्ज्वला आणि त्याची जोडी एकमेकांना पूरक आहे. उज्ज्वला इंग्रजीचे क्लासेस घेते. त्यातल्या त्यात ग्रामीण भागातून आलेल्या एमपीएससीच्या वगैरे परीक्षा देणाऱ्या मुलांना ती इंग्रजी शिकवते हे विशेष. एकुलती एक कन्या सुनृता 'सालसा' नृत्यप्रकारात प्रवीण आहे. जावई केमिकल इंजिनिअर असूनही तो पाश्चात्त्य नृत्यात करिअर करतोय. सुनृता आणि जावई दोघंही मिळून नृत्याचे निरनिराळे महोत्सव करतात.

'सृष्टी'तल्या कार्यक्रमातून ओळख झालेला प्रशांत हा एक आमचा चांगला मित्र आहे. माझ्या विविधरंगी मित्रमैत्रिणींच्या रंगात हा एक उठून दिसणारा रंग!

◆

डॉ. एस. व्ही. गोखले! प्रसिद्ध कार्डिओलॉजिस्ट, आर्यसंगीत प्रसारक मंडळाचे बावीस वर्षे सेक्रेटरीपद सांभाळलेले संगीतातले मर्मज्ञ आणि एक अत्यंत रॅशनल विचारांचं असं हे व्यक्तिमत्त्व... त्यांना जाऊन आज बरोबर वर्ष झालं आणि त्यांच्याबरोबरच्या स्नेहाचे काही क्षण आठवून गेले.

आम्हाला अनेक गोष्टींनी, अनेक माणसांनी समृद्ध केलंय. त्यात आकाशवाणीची नोकरी, अनेक खऱ्याखुऱ्या मोठ्या माणसांचा सहवास आणि मैत्र यांचा आवर्जून उल्लेख करावा लागेल. सुरुवातीलाच मी नियतीचं देणं याविषयी म्हणाले होते, तेच देणं भरभरून आम्हाला नियतीनं दिलंय. त्यात डॉ. एस. व्ही. गोखले यांचा फारच वरचा नंबर आहे. आम्हा दोन कुटुंबांच्या वयात बरंच अंतर असलं तरी ते अंतर साफ पुसून टाकायचं काम अर्थातच डॉक्टरांनी केलं. आम्हा दोघांविषयी त्यांना प्रचंड जिव्हाळा आणि आस्था होती. थोडं मागे जावंस वाटतं... त्यांची पहिली भेट, त्या पहिल्या भेटीचा उंबरा ओलांडून त्यांच्या आयुष्यात झालेला प्रवेश... सुखद योगायोग!

सत्त्याहत्तर सालातली गोष्ट... लक्ष्मी रोडवरील प्रसिद्ध कॉर्डिऑलॉजिस्ट डॉक्टर गोखल्यांच्या क्लिनिकमध्ये आम्ही दोघं मुलाला घेऊन गेलो होतो. आठ पौंडांचा, सुदृढ असा गोरापान माझा मुलगा दहाव्या दिवशी जरा डायरिया झाला म्हणून पुण्यातल्या एका प्रसिद्ध लहान मुलांच्या डॉक्टरांकडे त्याला घेऊन गेलो आणि त्या डॉक्टरांनी आम्हाला प्रचंड घाबरवून सोडलं. नंतरच्या काही दिवसांत अनेक तपासण्या करताकरता शेवटी आम्ही डॉक्टर एस. व्ही. गोखल्यांकडे आलो होतो. पहिलाच मुलगा, आमचंही तरुण वय... खूपच घाबरून गेलो होतो. डॉक्टरांकडे गेल्यानंतर त्यांनी तपासलं आणि पहिलाच प्रश्न केला. ''पैसे जास्त झाले आहेत का?... यापुढे काहीही करायचं नाही. अगदी नॉर्मल आहे सगळं!'' आणि पुढचा अर्धा तास आमचं टेन्शन घालवताघालवता त्यांनी आम्हाला सगळं इतकं छान समजावून सांगितलं की, आम्ही हसतच तिथून बाहेर पडलो. त्या दिवशीच आमची आणि डॉक्टरांची कुंडली पक्की जुळली बहुधा! कारण पुढे अनेक वर्षांनी पुन्हा डॉ. एस. व्ही. गोखले आमचे जवळचे स्नेही होणं हे आमच्या आयुष्यातलं मोठं भाग्यच म्हणायचं.

साधारण चौऱ्याण्णव-पंचाण्णव सालातली गोष्ट! पंडित भीमसेन जोशींच्या व्यक्तिरेखेत मी उल्लेख केल्याप्रमाणे माझे पती दिलीप ओक तेव्हा 'गोदरेज अँड बॉईस' कंपनीच्या समूहातील लॉकीम आणि गोदरेज जीई या कंपनीचे प्रकल्प सल्लागार म्हणून काम पाहात होते. ते स्वतः संगीताचे शौकीन. चांगले कानसेन. त्यांचीही काही वर्ष रेडिओत नोकरी झाल्यामुळे संगीताची आवड चांगलीच जोपासली गेली होती. गोदरेज ग्रुपच्या 'लॉकीम'चे विजय कृष्णा, हे मॅनेजिंग डायरेक्टर होते. ते स्वतः इंग्रजी थिएटरचे उत्तम अभिनेते; शिवाय साहित्य, संगीत यामध्ये रुची असल्यामुळे दिलीप आणि त्यांची चांगली मैत्री जमली होती. पुण्यातला सवाई गंधर्व संगीत महोत्सव चांगलाच प्रसिद्ध होता. (अजूनही आहेच!)

दिलीपनी विजय कृष्णांना या महोत्सवाविषयी बरीच माहिती दिली आणि तुम्ही प्रायोजक व्हावं असं सुचवलं.

डॉ. एस. व्ही. गोखले हे त्या वेळी आर्यसंगीत प्रसारक मंडळाचे सेक्रेटरी होते; त्यामुळे ओघानेच त्यांना भेटणं गरजेचं होतं. दिलीप ओक, विजय कृष्णा आणि डॉ. गोखले यांची भेट झाली आणि गोदरेज ग्रुपनं प्रायोजकत्व घेतलं. डॉक्टरांच्या भेटी वाढल्या... प्रचंड स्पष्टवक्तेपणा, एकूणच ब्रिटिश शिस्त, चोख वागणूक आणि सचोटी हे डॉक्टरांचे ठळक गुण! पाहातापाहाता गोदरेज लॉकीमचे कन्सल्टंट आणि आर्य संगीत प्रसारक मंडळाचे सेक्रेटरी एवढंच दिलीप आणि डॉक्टरांचं नातं न राहाता दोघंही मैत्रीच्या नात्यात कधी बांधले गेले कळलंच नाही. ओघानेच डॉक्टरांच्या पत्नी डॉ. प्रभाताई आणि मी, दोघीही त्यात सामावल्या गेलो. खरं पाहाता ते दोघंही आम्हा दोघांपेक्षा वयानं बऱ्यापैकी मोठे; परंतु मैत्रीमध्ये वय ही गोष्ट गौण ठरली.

डॉक्टर स्वतः संगीतातले उत्तम जाणकार! भरपूर वाचन आणि घरच्या पार्श्वभूमीमुळे व्यक्तिमत्त्वाला आलेला एक प्रगल्भ चौफेरपणा ही आणखी एक ठळक बाजू! प्रसिद्ध कथालेखक अरविंद गोखले हे डॉक्टरांचे सख्खे बंधू. डॉक्टर स्वतः बी. जे. मेडिकलला शिकत असताना कल्चरल विभागाचे सेक्रेटरी होते, तेव्हा त्या वेळेपासून उत्तमोत्तम कलाकारांच्या मैफली ते आयोजित करत होते. त्यांच्या घरीसुद्धा मोठमोठ्या कलाकारांच्या मैफली होत असत.

'सेलिब्रिटी' कलाकारांत सतत वावर असल्याने डॉक्टरांजवळ सांगण्यासारखं भरपूर होतं. सवाई गंधर्व संगीत महोत्सवाचे ते एक 'कडक' सेक्रेटरी होते, असं म्हणायला हरकत नाही, कारण ते स्वतः पराकोटीचे शिस्तबद्ध आणि 'स्वच्छ' असल्याने मोठमोठे कलाकारसुद्धा त्यांना खूप मान देताना आम्ही प्रत्यक्ष पाहिलंय. डॉक्टर सेक्रेटरी असताना रात्री दहाचं वेळेचं बंधन आलं नव्हतं; त्यामुळे जवळजवळ रात्रभर सोहळा चालायचा. तो जवळजवळ महिनाभर डॉक्टर मनानं घरी नसायचेच ही प्रभाताईंची तक्रार रास्त होती, कारण त्या विशिष्ट तीन दिवसांच्या आयोजनामागे किती दिवस-तास खर्च झाले असतील याची कल्पना करणंही अवघड होतं. शिवाय जवळजवळ बरेचसे कलाकार जागतिक कीर्तीचे; त्यामुळे त्यांचे मूड्स, अटी, राहण्याची विशिष्ट सोय या सगळ्या गोष्टी सांभाळायला अवघड होत्या.

एकोणीसशे एकोणऐंशी ते दोन हजार दोनपर्यंत म्हणजे जवळजवळ तेवीस वर्ष डॉक्टर सवाई महोत्सवाचे सेक्रेटरी होते. सवाई गंधर्वांचे जावई डॉ. नानासाहेब देशपांडे यांच्यानंतर हे सेक्रेटरीपद डॉक्टरांकडे आलं होतं.

पं. भीमसेन जोशींचा डॉक्टरांशी परिचय झाला, तो डॉक्टरांच्या क्लिनिकपासून. पंडितजी डॉक्टरांकडे कुणाला तरी घेऊन आले होते. कॉर्डिओलॉजिस्ट डॉ. गोखले म्हणून पंडितजींनी डॉक्टरांना फी विचारली. साधारण साठ सालातली ही गोष्ट, तेव्हा पंडितजी नुकतेच नावारूपाला येत होते, तर पंडितजींनी डॉक्टरांना फी विचारल्यानंतर डॉक्टरांनी काहीही नाही म्हणून सांगितलं. पंडितजी म्हणाले, तुम्ही फी घेणार नसाल तर मी तुमच्याकडे घरी येऊन गाईन. डॉक्टर तत्परतेनं हो म्हणाले आणि डॉक्टरांच्या तेव्हाच्या सदाशिव पेठेतल्या घरामध्ये पंडितजी खरोखरच गायले. केवढा अपूर्व असा हा योग...!

नियती, नशीब वगैरे गोष्टी श्रद्धेच्या पारड्यात असल्या तरीही कोणती तरी अदृश्य शक्ती कुणाकुणाला एकत्र आणत असते, कुणाकुणाच्या गाठी बांधत असते आणि कुणाकुणाला एका वेगळ्याच मार्गावरून चालवत असते हे निश्चित! स्वामी विवेकानंद मात्र नियतीलाच कौल देऊन म्हणतात की, आपलं एक बोट नियतीच्याच हातात असतं.

डॉक्टरांच्या बाबतीत मला तसंच वाटतं, कारण पंडित भीमसेन जोशी, पं.

शिवकुमार शर्मा, पं. कुमार गंधर्व, उस्ताद विलायत खाँ यांनी डॉक्टरांच्या बंगल्यात खरोखरच कार्यक्रम केले आहेत. अतिशय सुंदर गोष्ट म्हणजे डॉक्टरांच्या बंगल्याच्या वास्तुशांतीच्या दिवशी पंडितजी स्वतः गायले होते.

त्या वास्तूत आम्हीही बऱ्याच वेळा जातो. या महान गायकांची, वादकांची पायधूळ त्या वास्तूला लागली आहे, या कल्पनेनं आम्हाला भरून पावल्यासारखं होतं. डॉक्टरांसारखे सुरुवातीला म्हटलं तसे 'कडक' सेक्रेटरी सवाई महोत्सवात अत्यंत नेटानं, घरचं कार्य असल्यासारखे अहोरात्र काम करत. संपूर्ण कार्यक्रमाचं रेकॉर्डिंग करून ठेवावं हा विचार डॉक्टरांनी मांडला आणि नंतर सवाई गंधर्व महोत्सवाचं रेकॉर्डिंग करण्यात येऊ लागलं.

डॉक्टर एक गोष्ट मात्र कबूल करायचे की, आत्तापर्यंत इतक्या वर्षांत एवढ्या हजारो श्रोत्यांसह रंगणाऱ्या या भव्य सोहळ्यात एकदाही दंगल, गडबड घडली नाही, कारण श्रोत्यांचं सहकार्य! ...आणि मला स्वतःला जाणवलेली डॉक्टरांची शिस्त! त्यांचा स्वतःचा शास्त्रीय गाण्यांचा संग्रह पाहाण्यासारखा आहे. अत्यंत काटेकोर शिस्तीनं रागाप्रमाणे, वर्गीकरण करून ठेवलेला तो संग्रह खरोखरच प्रेक्षणीय आहे. कलाकारांची परवानगी घेऊन काही रेकॉर्ड केलेली आहेत, काही विकत घेतलेली आहेत.

संगीताप्रमाणेच ते उत्तम वाचक होते. डॉ. प्रभाताई आणि ते दोघंही खूप चांगले वाचक! आमच्या बहुतेक गप्पा पुस्तकांवरच होत असत. सवाई महोत्सवाचे सेक्रेटरी असताना घरात सतत संगीतमय वातावरण आणि डॉक्टरांचं व्यग्र असणं याविषयी प्रभाताई म्हणतात -

''मी पूर्वी संगीताच्या बाबतीत अगदी औरंगजेब होते; पण डॉक्टरांमुळे हळूहळू रस निर्माण झाला.'' सतत मोठमोठ्या नामांकित कलाकारांची ऊठबस, सारखे फोन (मोबाईल नव्हता तेव्हा) आणि निरोप यामध्ये प्रभाताईंची दमछाक होतच होती. परंतु प्रभाताईंनी तो धावपळीचा काळ उत्तमपणे निभावला.

प्रभाताई आणि डॉक्टर यांचा त्या काळातला प्रेमविवाह. सुस्वरूप प्रभाताई स्वतः खूपच चोखंदळ आहेत. डॉक्टरांबरोबर त्यांच्याविषयीसुद्धा लिहायलाच पाहिजे. वाचन, सांस्कृतिक कार्यक्रमांची आवड, सुरेख राहणी आणि घर उत्तम ठेवणे या त्यांच्या ठळक गोष्टी सांगितल्याच पाहिजेत. स्वतःच्या सासुबाईंच्या आठवणीनं अजूनही गहिवरून जाणारी ही सून; त्यांनी सांगितलेले कुळाचार, सणवार त्या आवर्जून साजरे करतात.

डॉक्टरांचं आजारपण, दिवसेंदिवस त्यांच्या हालचालींवर येणारी बंधनं हे सर्व डोळ्यांनी पाहाताना त्यांनाही क्लेश होत होतेच. अप्पर मोटो न्यूरॉन या आजारामुळे डॉक्टरांसारख्या 'ताठ' माणसाला हतबल केलं होतं. एकेकाळी कॉलेजमध्ये असताना

'बी.जे.मेडिकल श्री' किताब मिळवणारे डॉक्टर स्वतःही खचून जात होते. एरवी भराभर चालणारे डॉक्टर अडखळत वावरताना पाहून आम्हा दोघांनाही खंत वाटायची.

तरीही आमच्या गप्पा व्हायच्याच. हळूहळू त्यांचा वाचनातला, संगीतातला रस कमी होत होता. 'स्वाभिमानी' माणसांना स्वतःची कुणी दया केलेली आवडत नसते. डॉक्टर तर त्या बाबतीत विलक्षण जपणारे... त्यामुळेच त्यांना स्वतःच्या या अवस्थेचं प्रदर्शन आवडायचं नाही. समोरच राहणारे दोन्ही मुलगे त्यांची सर्वतोपरी काळजी घेत होते. नातवंडे, सुना आसपास होतेच; पण प्रभाताई विलक्षण प्रॅक्टिकल दृष्टिकोनानं सगळं काही निभावत होत्या.

८६ व्या वर्षी डॉक्टर गेले. जवळजवळ त्याच वयाच्या प्रभाताई अत्यंत सकारात्मक विचारांनी अजूनही लिखाण-वाचन करत आनंदात राहताहेत. डॉक्टरांचं क्लिनिक आम्हाला, आमच्या मित्र-मैत्रिणींना हक्काचं होतं. डॉक्टरांची फी वगैरे यांचा विचार आमच्या इतर मित्र-मैत्रिणींच्या बाबतीतही नव्हता. कोणत्याही आजारावर 'डॉक्टरांचा सल्ला' हा आम्हाला आधार होता. अर्थात तो अनेकांना होता. डॉक्टरांनी एकदा शंकानिरसन केलं की, आम्ही निवांत होत होतो. खरंच, एखादा मानसिक आधार जाणं म्हणजे काय असतं ते डॉक्टर गेल्यानंतर जाणवलं.

एक अत्यंत शिस्तप्रिय, स्वच्छ आचार-विचारांचा, पराकोटीचे मॅनर्स जपणारा (आम्हाला फोन करताना विचारायचे, तुम्हाला डिस्टर्ब तर केलं नाही ना!) स्पष्टवक्ता आणि रसिकपणे जगणारा असा हा माणूस. आमचा कुटुंबस्नेही होता, हे आमचं परमभाग्यच! डॉक्टर, यापेक्षा निराळी आदरांजली मी नाही लिहू शकत. आमच्यासारख्या सर्व दृष्टींनी लहान माणसांना तुम्ही मैत्रीचा हात दिलात याबद्दल मनोमन धन्यवाद!

डॉक्टरांचा संसार सुफळ, संपन्न आहे. मित्र फाउंडेशनचे धनंजय गोखले आणि स्वतंत्र व्यावसायिक विजय गोखले हे त्यांचे दोन मुलगे. सुना, नातवंडेही शिक्षण आणि कलेत पारंगत आहेत.

मध्यंतरी पंडित भीमसेन जोशींवर डॉक्टरांनी दीड तासाचे दोन-तीन कार्यक्रम केले होते. तेही रंगमंचावर...! खूप छान प्रतिसाद मिळाला तेव्हा.

डॉक्टरांकडे पाहाताना वाटायचं माणूस बुद्धिमान शिवाय रसिक असला तर तो निराळ्या तऱ्हेनं आयुष्य जगतो. सामान्य माणसांना स्वप्नवत वाटणाऱ्या दिग्गज माणसांच्या भेटी डॉक्टरांना सातत्यानं लाभल्या. डॉ. श्रीराम लागू आणि दिपा लागूसारखे मित्र या दांपत्याला मिळाले... एक समृद्ध आणि श्रीमंत आयुष्य परमेश्वरानं त्यांना दिलं; पण डॉक्टर आणि प्रभाताई यांनी त्याचा कधीही टेंभा मिरवला नाही. शांतपणे, प्रगल्भतेनं आणि नम्रतेनं त्यांनी हे आयुष्य छानपैकी उपभोगलं.

◆

। विजय कृष्णा (विजय मोहन कृष्णा) ।

विजय कृष्णा हे गोदरेज ग्रुप्सच्या नवरोजी (नवल) गोदरेज यांचे जावई असून, गोदरेज ग्रुप्सच्या लॉकीम मोटर्सचे मॅनेजिंग डायरेक्टर आहेत.

दिलीप ओक प्रोजेक्ट कन्सल्टन्सी करत होते. त्या दरम्यान १९८९ साली त्यांचे मित्र अनिल राजवाडे (मंगल नारळीकरांचे बंधू) यांच्या सुचवण्यावरून गोदरेज ग्रुपचा एक प्रोजेक्ट दिलीपकडे आला. आता आठवलं तरी मनोमन आश्चर्य वाटतं, इतकी ती पहिली मीटिंग रोमहर्षक होती.

तेव्हा माडीवाले कॉलनीत आम्ही राहत होतो. सकाळी मुलं शाळेत गेली म्हणून साधारण ११ वाजता त्यांच्या कपड्यांचं कपाट मी आवरायला घेतलं होतं. कपड्यांचा सगळा ढीग बाहेरच्या दिवाणावर ठेवून मी कपाट आवरत होते. दिलीप साइट पाहायला गेले होते. बेल वाजली म्हणून दार उघडलं तर दिलीप, अनिल राजवाडे, श्री. विजय कृष्णा आणि अरुण साठे (त्या वेळचे लॉकीमचे जनरल मॅनेजर) असे दारात उभे! मला काहीच उमगेना. मी पट्कन दिसले ते एक बेडशीट

मुलांच्या कपड्यांच्या ढिगाऱ्यावर टाकलं, जमेल तसं पट्कन आवरून त्यांना बसायला जागा केली. कारण आमचं घर तेव्हा लहान होतं. दिलीपनी सर्वांची ओळख करून दिली आणि आम्ही सर्व जण फक्त चहा घेणार आहोत, म्हणून सांगितलं. मी चहा करायला स्वयंपाकघरात आले आणि घडत असलेल्या प्रसंगाचा ताळमेळ शोधत राहिले. गोदरेजचे जावई आणि आमच्या या छोट्याशा घरात? माझं आश्चर्य संपत नव्हतं. एकीकडे आनंद आणि दुसरीकडे गोंधळलेपण असं काहीसं झालं होतं.

विजय कृष्णा हे नवरोजींच्या कन्या स्मिता यांचे पती. रंगमंच आणि चित्रपटक्षेत्रात ते उत्तम अभिनेते आहेत, हे पहिल्यांदा माहीत नव्हतं. नंतर बऱ्याच गोष्टी कळायला लागल्या. शिरवळजवळ शिंदेवाडी इथं जागा बघण्यापासून ते संपूर्ण फॅक्टरी उभी करण्यापर्यंत दिलीपनी हे प्रोजेक्ट अप्रतिमपणे हाताळलं होतं. दिलीपचा स्वभाव पाहता, शिवाय विजय कृष्णांचा मीडियातला वावर बघता दोघांची मैत्री जुळणं स्वाभाविक होतं आणि ती तशी जुळलीसुद्धा!

ठाण्याच्या लॉकीम मोटर्सची ही पुण्याच्या शिंदेवाडीजवळची दुसरी शाखा! ही फॅक्टरी उभी राहीपर्यंत विजय कृष्णा आणि दिलीप यांच्या वारंवार भेटी होत असत... त्या भेटीतूनच लॉकीम मोटर्सच्या या मॅनेजिंग डायरेक्टरच्या व्यक्तिमत्त्वाची दुसरी बाजू आम्हाला मोहित करून गेली; ती म्हणजे त्यांचा थिएटरमधला कलाकार म्हणून वावर! इंग्रजी रंगभूमीवरचे ते नावाजलेले नट आहेत. 'ऑथेल्लो' नाटकातली 'इयागो'ची त्यांची गाजलेली भूमिका आम्ही दोघांनी पाहिली आहे. कबीर बेदी यामध्ये 'ऑथेल्लो' करीत असत. लांबलचक शेक्सपिरीयन वाक्यांचा डौल विजय कृष्णांनी अतिउत्तमरीत्या सांभाळला होता. वाचन, दऱ्याखोऱ्यांतली भटकंती, गिरिभ्रमण आणि नाटक आणि चित्रपटांतल्या भूमिका ही त्यांच्या व्यक्तिमत्त्वाची एक लोभसवाणी बाजू आहे.

ओघानंच माझ्याशीही त्यांचा चांगला परिचय झाला. एकदा घरी आलेले असताना (तोपर्यंत आम्ही घर बदललं होतं) तडक मला स्वयंपाकघरात नेलं आणि म्हणाले, ''हा कुठला फ्रिज प्रज्ञा?'' मी हसायला लागले. कारण तेव्हा माझा फ्रिज गोदरेजचा नव्हता. दुसऱ्या कंपनीचा होता. प्रश्नार्थक चेहरा करून मला म्हणाले काय हे? दिलीप प्रोजेक्ट करतोय ना? मग?'' चेष्टेच्या सुरातच पुढे म्हणाले, ''पुढच्या वेळी येईन तेव्हा पाहीनच.''

संपूर्ण प्रोजेक्टच्या दरम्यान दोघांच्या इतर विषयांवरही भरपूर गप्पा होत. अशा गप्पांमधूनच एक दिवस एक निराळी कल्पना सुचली. पर्यावरण हा त्यांचाही लाडका विषय. दुर्मिळ वनस्पती दिवसेंदिवस नष्ट होताना आपण पाहत आहोत. त्या दृष्टीनं आपण काहीतरी करावं, असं दिलीपना वाटत होतं. दोघांच्या वारंवार झालेल्या

चर्चेतून १९९२ मध्ये 'नवरोजी गोदरेज सेन्टर फॉर प्लान्ट रिसर्च'ची स्थापना झाली. फॅक्टरीच्या आवारातच सेन्टर उभं राहिलं. संशोधक डॉ. पी. तेताली तिथे काम पाहू लागले. दिलीप आणि तेताली या दोघांनी सेन्टरच्या संदर्भात बरेच प्रवासही केले. वनस्पतिसंशोधन औद्योगिक प्रकल्पाच्या बरोबरीनं नैसर्गिक वातावरणात कसे चालू राहते, याचा तो मोठा पुरावाच ठरला.

विजय कृष्णांनी या सेन्टरसाठी संपूर्ण सहकार्य आणि उत्तेजन दिलं. स्मिता गोदरेज (कृष्णा) यासुद्धा सर्व चर्चांमध्ये सहभागी होत असत. स्मिता याही काही वेळा कृष्णांबरोबर आमच्या घरी आल्या. एका मोठ्या नावाजलेल्या उद्योगसमूहाचे, त्या कुटुंबातले हे जावई आणि प्रत्यक्ष नवरोजी गोदरेज यांच्या कन्या स्मिता हे दोघंही आमच्या मध्यमवर्गीय घरामध्ये येऊन छानपैकी सगळ्या विषयांवर गप्पा मारतायत, हे चित्र अजूनही मला स्वत:लाही खोटं वाटतं.

सांस्कृतिक वारशाचं जतन हा स्मिता यांच्या आस्थेचा विषय आहे. इंडियन हेरिटेज सोसायटीच्या कार्यकारिणीच्या त्या सभासदसुद्धा होत्या. हॅन्डलूमच्या गडद छटा असलेल्या साड्या त्यांच्या युरोपियन गोऱ्या रंगावर फारच सुंदर दिसत. बहुधा त्यांचा तो आवडता पोशाख असावा. इतर वेळी साइटवर वगैरे जाताना खूप वेळा त्या पाश्चात्त्य पोशाखात असत. आमच्याकडे आल्यानंतर सर्व गोष्टींची आस्थेनं चौकशी करत. सगळ्या गोष्टींची खोलवर माहिती त्यांना हवी असायची. पदार्थांच्या रेसिपीजपासून ते माझ्या पेंटिंग्जपर्यंत सगळ्याची सखोल माहिती घ्यायला त्यांना फार आवडायचं. जागतिक स्तरावरचा हा उद्योगसमूह, त्या कुटुंबातले हे दोघंजण संपूर्णपणे जमिनीवर होते. ही मंडळी माझ्या घरात साधा आपला ब्राह्मणी स्वयंपाक अगदी चवीनं खात असत. त्यांच्यातल्या साधेपणाचं, जमिनीवर असण्याचं एकच छोटं उदाहरण देते. एक दिवस दोघंही जेवायला आले होते. त्याच वेळी माझी मैत्रीण चित्रा काळे आणि तिची मुलगी प्राजक्ता ही घरी आली. प्राजक्ता नुकतीच एम.बी.ए. होऊन मुंबईला नोकरीस लागली होती. ते कळल्यानंतर लगेच त्याच क्षणी स्मिता कृष्णा म्हणाल्या, "मुंबईत काही मदत लागली तर जरूर सांग!'' खरं पाहता एरवी या माणसांची साधी भेटही होणं मुश्कील असतं. पण ही माणसं माझ्याबरोबर, आमच्या घरात आमच्या जवळच्या नातेवाइकांसारखीच वागली. सगळ्यात कळस म्हणजे नवरोजींच्या पत्नी स्मिता कृष्णांच्या मातोश्री सुनूबेन गोदरेज याही एकदा स्मितांबरोबर आमच्या घरी आल्या होत्या.

हे सगळं स्वप्नवत् होतं. अर्थात दिलीपचं वागणं, त्यांची कामाची पद्धत, लाघवी स्वभाव आणि अत्यंत सचोटीचा कारभार या गोष्टींमुळे गोदरेज मंडळींचा पूर्ण विश्वास त्यांनी संपादन केला होता. विजय कृष्णा हे विजय मोहन कृष्णा ऊर्फ व्ही.एम.सी. या नावानं गोदरेजमध्ये ओळखले जातात. भारताचे सरसेनापती

जनरल थिमय्या हे त्यांचे सख्खे मामा. त्यांच्या आई १९५५ मध्ये पंतप्रधानांच्या सचिवालयात काम करत होत्या. निवृत्तीच्या वेळी इंदिरा गांधींच्या व्यक्तिगत कर्मचारीगटात त्या काम करत होत्या.

लिजंड ऑफ रामा! भव्य अशा ओपन रंगमंचावर वांद्रे ताज हॉटेलच्या मागच्या बाजूला एक भव्य इंग्रजी नाटक सादर केलं गेलं होतं. मुंबईच्या उच्च वर्तुळातले नामांकित लोक आमंत्रित होते. विजय कृष्णांनी त्यात दशरथाची भूमिका केली होती. आम्हा दोघांना त्यांनी आवर्जून निमंत्रणपत्रिका दिली होती. त्या भव्य सोहळ्याचे, भव्य अशा प्रेक्षागृहाचे आम्हीही एक भाग होतो, याचा अजूनही आनंद होतो.

देव, नियती याबद्दल दुमत असू शकतं. त्यावर विश्वास असावा का नसावा, हा चर्चेचा विषय असू शकतो. परंतु योग असणं, काही सुंदर वळणं आपल्या आयुष्यात येणं हे निश्चितच प्राक्तन म्हणावं लागतं. तशी गोदरेज उद्योगसमूहाबरोबर आमची कुंडली (दिलीपमुळे) छानपैकी जुळून येणं ही आम्हा दोघांसाठी एक आनंदाची बाब होती. ते आमचं प्राक्तन होतं. काही वेळा आश्चर्याची बाब होती. एवढ्या मोठ्या उद्योगसमूहातल्या या महत्त्वाच्या व्यक्तींच्या ओळखीचा आपल्या कुटुंबासाठी काही फायदा करून घ्यावा, हा विचारही कधी आमच्या मनाला शिवत नाही आणि तो आम्ही कधी अमलातही आणला नाही.

'नौरोजी गोदरेज सेन्टर फॉर प्लान्ट रिसर्च'ची कल्पना दोघांच्या चर्चेतून निघाली. कृष्णांनी ती तत्परतेनं मान्य केली. तसाच एक विचार दिलीपनी मांडला; तो म्हणजे पुण्याचा 'सवाई गंधर्व संगीत महोत्सव' गोदरेजनं स्पॉन्सर करण्याचा! साधारण १९९४-९५ साल असावं. पुन्हा एकदा ओक आणि विजय कृष्णा यांच्या चर्चा झाल्या आणि या कार्यक्रमाचं प्रायोजकत्व त्यांनी घ्यायचं ठरवलं. सुरुवातीची वर्ष गोदरेज जी.ई.नं हे कार्यक्रम स्पॉन्सर केले होते. काही एक-दोन वर्ष लॉकीम मोटर्सनं स्पॉन्सर केले होते. भारतरत्न पंडित भीमसेन जोशींबरोबर त्याच वेळी जवळून संबंध आला. त्यांना वावरताना पाहता आलं. त्या निमित्तानं जागतिक कीर्तीचे कलाकार पाहता आले आणि या सगळ्या कालखंडात गोदरेजमधला आणखी एक जिवलग मित्र दिलीपना गवसला; तो म्हणजे झेरसस मार्कर. हा मित्र काही वेळा सख्ख्या भावाप्रमाणे आधाराला आला. तेव्हा गोदरेजमध्ये फायनान्सचा व्हाइस प्रेसिडेंट असलेला हा मित्र जवळचा कधी झाला, कळलंच नाही. मी स्वत:ही त्यांच्याशी मनमोकळं बोलू शकते. एक कुटुंबातली व्यक्ती म्हणून.

बड्या लोकांशी परिचय, मैत्री ही काही जणांसाठी मिरवण्यासारखी गोष्ट असते. परंतु आम्ही दोघांनीही त्यातल्या मैत्रीचं पावित्र्य कायम जपलं. कुठल्याही विपरीत परिस्थितीमध्ये त्यात कधी खंड पडला नाही. क्वचित काही वेळा तात्त्विक मतभेद झाले असतील; पण मैत्रीचा धागा तुटला नाही.

आता प्रोजेक्ट संपल्यानंतर अजूनही विजय कृष्णांचा कुठल्यातरी कार्यक्रमाच्या निमंत्रणाचा फोन येतो. काही वेळा एखाद्या मराठी शब्दाचा अर्थ विचारला जातो. घरातल्या सर्वांच्या चौकशया होतात. बरं वाटतं.

आयुष्यामध्ये आपण काय कमावलं आणि काय गमावलं, याचा हिशेब मांडणं फार अवघड असतं. कधीकधी पैसा 'कमावताना' माणसं गमावली जातात, तर 'माणसं' कमावताना पैसा कमवायचा राहून जातो. तो गमावला जातो. गोदरेज उद्योगसमूहाबरोबर बराच काळ जवळचे संबंध असूनही दिलीपनी एक ठरावीक अंतर कायम ठेवलं, कुठलाही वशिला नावाचा शब्दही जवळ येऊ दिला नाही. त्यामुळे आम्ही कुठल्याच उपकारात बांधले गेलो नाही. भरपूर कष्ट आणि त्याचा मोबदला एवढंच स्वच्छ ते नातं जमलेलं होतं.

सध्या नवश्रीमंतांचा कैफ, उथळ दिखावा आणि सतत लखलखाटात राहण्याची हौस पाहिली की, मला आवर्जून आठवतात त्या स्मिता कृष्णा (गोदरेज) आणि सुनूबेन गोदरेज! जितक्या सहजपणे त्या आमच्या साध्या घरात वावरल्या, त्या सहजपणामुळे आम्ही मोकळे झालो. दुसऱ्याला आपल्या श्रीमंतीनं अजिबात न्यूनगंड येऊ द्यायचा नाही, हा त्यांचा सहजस्वभाव आहे. भरली घागर आवाज करत नाही म्हणतात, ते इथे पूर्णपणे लागू होतं.

आमची ही कमाई आम्हाला पुरेशी वाटते. नाटक, चित्रपट (देवदासमध्ये शाहरुखच्या वडिलांचा रोल), ट्रेकिंग, साहसी मोहिमा या सगळ्यांत अजूनही पूर्णपणे या सत्तरीनंतरच्या वयातही, भरपूर उत्साहानं विजय कृष्णा भाग घेत असतात. नुकतीच सैबेरियाच्या वाळवंटाची मोहीम करून झालेली आहे. मान सरोवर, अंटार्क्टिका मोहीम तर पूर्वीच केली आहे. इंग्रजी थिएटरचाच कलाकार असावा असा चेहरा आणि व्यक्तिमत्त्व लाभलेला हा माणूस उत्तम वाचक आहे. उत्तम खानदानाचे संस्कार असल्यानं वागण्यात छान सभ्यता आहे. रसिकता हा गुण कॉमन असल्यानं आमचं आणि त्याचं मैत्र पटकन जुळलं आणि एका विलक्षण अभिरुचिसंपन्न कुटुंबाचे आम्ही मित्र झालो. एक छानसं नातं कमावलं.

◆

पूर्वींच्या काळी विमाएजंट म्हणजे विनोदाचा विषय होता. मराठी, हिंदी चित्रपटांमधून त्याचं विनोदी चित्रण पाहायला मिळतं. पण आधुनिक जगामध्ये 'विम्याला पर्याय नाही', हे वाक्य सार्थ करणारी वाटचाल भारतीय आयुर्विमा मंडळानं केली आहे, हे निश्चित. मारवाडी समाजातल्या एका धडाडीच्या स्त्री-विमाएजंटबद्दल मी आत्ता लिहितेय. तिचं संपूर्ण जीवन, तिच्या तिन्ही मुलींचं झळाळतं शैक्षणिक करिअर आणि तिच्या पतीचं या अत्यंत निराळ्या तऱ्हेनं आखलेल्या संसारातलं अमूल्य योगदान यांबद्दल लिहायलाच पाहिजे. 'कविता चनोडिया'. भरपूर उंची, सतत हसरा चेहरा, सगळ्या गोष्टी समजावून सांगण्याची पद्धत आणि सर्वस्वी निराळा आणि तर्कशुद्ध विचार करण्याचा स्वभाव, अशी ही आमची कुटुंबमैत्रीण. 'विम्या'मुळे झालेली ओळख गेली पस्तीस वर्षं एका छानशा मैत्रीत परिणत झालेली आहे.

सुरुवातीला मारवाडी समाज असा मी उल्लेख केला. कुठल्याही जातिविषयी मला लिहायचं नाहीये. परंतु प्रत्येक समाजातल्या चालीरीती, पद्धती या त्या त्या

समाजातल्या 'स्त्री'च्या दृष्टीनं, तिच्या प्रगतीच्या दृष्टीनं, तिच्या उन्नतीच्या दृष्टीनं कशा प्रकारे, कोणत्या प्रकारे तिच्या वाटचालीत अडचणी आणू शकतात, हे आपल्याला चांगलं माहीतंय. सगळ्याच समाजांत 'स्त्री'चा विचार हा घरापुरताच केला गेला होता, हे सत्य आहे. मारवाडी समाज व्यवसायात असल्यानं स्त्रीनं घर बघणं हे सर्वार्थानं सोयीचं होतं. मात्र कविता चनोडिया या सगळ्याला अपवाद आहे. चनोडिया दांपत्य पदवीधर. साध्या कारकुनाला किंवा दुकानात हाताखाली काम करणाऱ्या एखाद्या पोरालासुद्धा कमीत कमी एक लाख हुंडा देऊन मुली देणाऱ्या या समाजात चनोडियांनी त्या काळात, साधारण चाळीस वर्षांपूर्वी, फक्त एक रुपया हुंडा घेऊन कविताशी लग्न केलं.

पुण्यात संसार थाटल्यानंतर दोन मुलींच्या जन्मानंतर थोडी आर्थिक ओढाताण होत होती. त्या वेळी तिचे सासरे एकदा पुण्यात आल्यानंतर त्यांनी कविताच्या मागे लागून तिला विमाएजंट व्हायला सांगितलं. 'तू ग्रॅज्युएट आहेस, बाहेर पड. माझी परवानगी आहे,' असं म्हणून तिला घेऊन ते विमाकार्यालयात गेले आणि तिला त्या क्षेत्राचा श्रीगणेशा दिला.

आजच्या घडीला ४ कोटींपर्यंत सर्वाधिक प्रीमिअम भरणारी भारतातली ६वी आणि पुण्यातली पहिली महिला 'कविता' आहे. सुरुवातीच्या बुजऱ्या मुलीचं रूपांतर एका धडाडीच्या महिलेत झालेलं मी स्वत: पाहिलंय. जीवन अक्षय योजनेतली एवढी मोठी रक्कम देऊन रेकॉर्ड ब्रेक करणारी 'कविता' त्या प्रत्येक कुटुंबाची घरगुती मैत्रीण आहे. असंख्य पुरस्कार, असंख्य मेडल्स आणि अनेक मानसन्मान मिळवणारी ही आमची मैत्रीण आहे; आमच्याच वयाची; पण एखादी गोष्ट समजावून सांगताना मोठ्या बहिणीसारखी वागते. कविताचं हे घराबाहेरचं करिअर भरपूर लखलखतं आहे, तसंच आणि तितकंच तिचं तिन्ही मुलींना वाढवणं हेही दखल घेण्याजोगं आहे. त्यात महत्त्वाचा वाटा मिस्टर चनोडियांचा आहे. दोघंही तसे क्रांतिकारी विचारांचे. समाजातल्या जाचक रूढी-परंपरांमध्ये मुलींना वाढवायचं नाही, हा दोघांचाही निश्चय होता. मुलींनीही त्या निर्णयाचं सोनं केलंय. तिघीही इंजिनिअर झाल्या आहेत. अत्यंत उच्च पदावर दोघी अमेरिकेत संसार करतायत. मोठी बेल्जियमच्या रॉयल फॅमिलीत लग्न करून सुखी आहे. तिच्या लग्नाचा रोमांचकारी किस्सा सांगण्यासारखाच आहे. तो पुढे सांगणारच आहे. तर दोघांनीही मुलींना पूर्ण स्वातंत्र्य देऊन वाढवलं. दोघांनीही ठरवलं, 'मारवाडी' जावई करायचे नाहीत. शैक्षणिक काळात मुली प्रचंड हुशार आणि धीट होत्या. धाकटी हॉकी चॅम्पिअन होती.

कविताच्या संसाराचं चित्र अनेक रंगांनी रंगलेलं आहे. कविता प्रचंड प्रॅक्टिकल आहे, पण कोरडी नाही. धाडसी आहे, पण अगोचर नाही. अतिशय नेटका संसार,

मुलींवर उत्तम संस्कार, त्यांना आधुनिक जगात जगण्याचं नेमकं भान देणारी कविता सतत परिस्थितीवर मात करण्यासाठी अहोरात्र कष्ट करताना मी पाहतेय. इतकं उच्च शिक्षण देऊन परदेशात मुलींना पाठवायचं म्हणजे पैसा लागतच होता. सासर-माहेरचे सगळेच मध्यमवर्गीय; तेव्हा पैसा जमा करणं महत्त्वाचं होतं. परदेशात मुलींनी उच्च शिक्षण घ्यावं, हा दोघांचाही हट्ट मुळीच नव्हता. पण मुली इतक्या हुशार होत्या की, त्यांचं उच्च शिक्षण होणं अपरिहार्य होतं.

कवितावर मला का लिहावसं वाटलं? तर मला नेहमीच संसार उत्तम करून, कष्टानं, धडाडीनं परिस्थिती बदलवणाऱ्या स्त्रिया जास्त आकर्षित करतात. संसारातल्या सर्व जबाबदाऱ्या पार पाडून, सतत कायनेटिकवर स्वार झालेली कविता मी पाहते, तेव्हा त्याही कष्टांमध्ये तिचं हसतहसत बोलणं मला काही वेळा चकित करतं. खूप दमलेली अशी तिला पाहताना तेच चेहऱ्यावरचं हसू कायम असतं. मुलींच्या करिअरच्या धावपळीत तिची स्वत:ची मोठमोठी आजारपणं पार पडलीच! पण पार 'पाडली,' असं म्हणावं लागेल. कारण कवितानं अत्यंत सहजपणानं एखादं काम पार पाडावं, तशी दुखणी पार पाडली. कुठेही खंत नाही, दु:ख नाही, वैताग नाही. तिन्ही मुलींनी त्यांच्या समाजाबाहेरचे नवरे शोधले. एक साउथ इंडियन, एक मराठी आणि एक ख्रिश्चन. कविता आणि मिस्टर चनोडियांच्या इच्छेप्रमाणेच सगळं झालं.

मोठी मुलगी करिश्मा. तिचा नवरा बेल्जियमच्या राजघराण्यातला आहे. फिलीप त्याचं नाव. या लग्नाच्या वेळी मात्र कविता आणि मिस्टर चनोडियांची खरी सत्त्वपरीक्षा होती. त्या लग्नाच्या वेळचे या दांपत्याचे एकेक आडाखे, डोळ्यांसमोरचे मोठाले धोके फार होते. कविता आणि तिच्या पतींनी ज्या धोरणीपणानं, ज्या सावधपणानं आणि हुशारीनं सगळं जुळवून आणलं, त्याला तोड नाही. कविताचा आणि चनोडियांचा प्रॅक्टिकल स्वभाव इथं छान कामी आला. कविताची ही मुलगी विलक्षण बुद्धिमान. इंजिनिअरिंग करून एम.बी.ए. केलेली ही मुलगी अतिशय बारीक अंगकाठीची आणि जराशी सावळी आहे आणि फिलीप हा पूर्णपणे खराखुरा युरोपियन आणि देखणा. कविताला सारखी शंका होती की, या मुलानं या माझ्या काळ्यासावळ्या मुलीला का पसंत केली असेल? दोघांचीही एका ट्रेकमध्ये ओळख झालेली होती. तिथून मग फिलीप यानं करिश्माचा पिच्छाच सोडला नाही. कवितानं मग त्याला काही दिवस पुण्यात थांबवून घेतलं. त्याचं वागणं, स्वभाव, सवयी हे बारकाईनं पाहिलं. डॉ. रानडे म्हणून त्यांचे एक स्नेही आहेत. त्यांच्याकडून बेल्जियमची माहिती मिळाली. कविता आणि चनोडियांच्या सगळ्या शंकांना उत्तर म्हणून फिलीपनं सर्वांना बेल्जियमला (तिकीट काढून) बोलावलं. का? तर या दोघांनी त्याचं कुटुंब पाहावं म्हणून. पण चनोडियांनी एक धीट निर्णय घेतला. करिश्माला

एकटीला बेल्जियमला पंधरा दिवस पाठवली. त्यांच्या कुटुंबात ती राहिली आणि तिथून आल्यानंतर तिनं होकार कळवला.

यथावकाश ते लग्न इथं हिंदू पद्धतीनं झालं. आम्ही त्या लग्नाला होतोच. नंतर बेल्जियमला चर्चमध्ये ख्रिश्चन पद्धतीनं लग्न झालं. कविता आणि चनोडिया, मुली बेल्जियमला लग्नाला गेले. बेल्जियमला जाईपर्यंत कविता आणि चनोडियांना फिलीप राजघराण्यातला आहे, हे माहीत नव्हतं. ते त्यांना सरप्राइज होतं. आल्यानंतर मी कविताला फोन केला आणि विचारलं, ''कसं काय झालं लग्न?'' तिनं उत्तर दिलं, ''प्रज्ञा, प्रचंड अस्वस्थ वाटतंय.'' मी काळजीनं विचारलं, ''का गं? काही प्रॉब्लेम?'' त्यावर तिनं जे सांगितलं, ते चकित करणारच होतं. ती म्हणाली, ''प्रज्ञा, फिलीप राजघराण्यातला आहे. अनेक दालनं असलेली, अनेक क्हिलाज असलेली त्यांच्या मालकीची एक किल्ला कम राजवाड्यासारखी प्रॉपर्टी आहे. त्या किल्ल्यातच हे लग्न पार पडलं. फिलीपची आई पूर्वी काउन्टेस होती. करिश्माच्या गळ्यात अडीचशे वर्षांपूर्वीचा परंपरागत आलेला हिरा घातला होता. रॉयल शिस्तीत, दिमाखात त्यांच्या प्रोटोकॉलप्रमाणे सगळं पार पडलं. प्रज्ञा, हे सगळं पाहिलं आणि अतिआश्चर्यानं अस्वस्थ झालेय. आपल्या मध्यमवर्गीय घरातल्या मुलीच्या बाबतीत हे खरंच घडतंय का, हा प्रश्न मी वारंवार मनाला विचारलाय. मला हे सारं पेलणं अवघड जातंय. खरंच वाटत नाहीये.''

तिची अस्वस्थता मी जाणू शकत होते. पण कविता हे रसायन वेगळं आहे. कुठेही भारावलेपण नाही, उथळपणे वर्णन करून सांगणं नाही. अथवा त्याच्या बढायासुद्धा नंतर कधी तिनं मारल्या नाहीत. इतक्या दोन टोकांवरची ही नवरानवरी किती दिवस नांदतायत, हा प्रश्न दोघांनाही काही महिने छळत होता. पण आजमितीला सतरा वर्ष त्या प्रसिद्ध लग्नाला झाली आहेत. उत्तम संसार चाललाय. दोन सुरेख मुलं करिश्माला आहेत. एक मुलगी, एक मुलगा! सासरच्या सर्व माणसांना तिनं अक्षरश: जिंकून घेतलंय.

कविताच्या आयुष्यातली ही एक अतर्क्य घटना आहे. एवढं सगळं असूनही कविता या वयातही काम करतेच आहे. तिन्ही मुलींकडे दोघंही जातात (स्वखर्चानं). ते म्हणतात, ''आमच्यात मुलींकडून पैसा घेत नाहीत.''

मुलीला अक्षरश: मागणी घालून हा राजघराण्यातला जावई मिळाला; पण कविता जमिनीवर आहे. तिन्ही मुली उत्तम संसार करतायत. नातवंडं-जावई सगळं दृष्ट लागण्याजोगं आहे. पण कविताची वागणूक अजून पस्तीस-चाळीस वर्षांपूर्वी जशी होती, तशी साधीच आहे. भेटून बरेच दिवस झाले की, फोन असतो, 'किती दिवस झाले भेटून? या ना दोघं. साधंसं करू जेवायला. भरपूर गप्पा मारू.'

कविता आणि चनोडियांचा आयुष्याकडे पाहण्याचा, मुलींना वाढवण्याचा

दृष्टिकोन पूर्णपणे वेगळा आहे. ज्या समाजातून ते आले आहेत, तिथे अजूनही काही ठिकाणी नाकापर्यंत घुंघट घालून बायका वावरतात. पण चनोडियांनी क्रांतीच केली आहे. त्या काळात कविता पदवीधर झालेली होती. पुढारलेल्या विचारांची होती. तिच्या स्वभावातला एक लक्षात घेण्याजोगा विशेष म्हणजे पारदर्शकता. कोणतीही गोष्ट मीठ-मसाला लावून सांगत नाही. बढाया मारण्यासारख्या खूप गोष्टी तिच्याकडे आहेत; पण एकाही गोष्टीचा तसा उल्लेख नसतो. 'मुलगा पाहिजेच', असा आग्रह अजूनही काही घरांत असतो. त्यात व्यवसाय करणाऱ्या समाजात तो असतोच. तसाच तिच्याही सासरी तो होताच. म्हणूनच तिसरी मुलगी झाली; पण दोघंही ठाम राहिले आणि तिघींनाही उच्च शिक्षण दिलं.

कविता म्हणते, ''आमच्या संघर्षाच्या काळात आम्हाला माणसं चांगली मिळाली. डॉ. रानडे यांच्यासारखे भावासारखे मित्र भेटले. विम्यासाठी नुसती घरं मिळाली नाहीत, तर संपूर्ण कुटुंबं मिळाली. उत्तम व्याही मिळाले. आंतरजातीय आणि 'परदेशी' जावई मिळाले. त्यामुळे सर्व तऱ्हेची 'माणसं' लाभली. ती पाहता आली, अनुभवता आली आणि आमचं वर्तुळ व्यापक झालं.''

तिच्या आयुष्यात कसोटीचे प्रसंग खूप आले, आर्थिक चढउतार आले; पण सगळ्याला हे दोघं पुरून उरले. मधल्या मुलीच्या लग्नापूर्वी दोन दिवस आधी घरात मोठी चोरी झाली. लग्नाचे कपडेलत्ते, दागदागिने सर्वकाही गेलं. दोन दिवसांवर लग्न आलेलं. भलंमोठं प्रश्नचिन्ह उभं राहिलं. पण त्याच मुलीनं स्वखर्चानं स्वत:चं लग्न पार पाडलं.

या सर्व कसोटीच्या क्षणी कविताला कुठूनतरी बळ मिळतं किंवा असंही म्हणता येईल की, तिचं आत्मबळ तिच्या कामी येतं. शिवाय तिचा पत्रिका वगैरेंवर विश्वास नाही. चनोडियांचा विश्वास आहे. दोघांनी ठरवून मुलींना सेंट मेरी या चांगल्या शाळेत घातलं. त्यामुळे पूर्णपणे कॉस्मॉपॉलिटन वर्तुळात मुली वाढल्या. आपोआपच सर्व तऱ्हेची माणसं पाहता आली. चनोडियांचे सर्व जातिधर्मांचे मित्र आहेत. मराठी साहित्यिक त्यांना चांगले माहीत आहेत. प्रसिद्ध लेखक पत्रकार अशोक जैन त्यांचे मित्रच होते.

'करिश्माचं लग्न' ही चनोडियांच्या घरातली एक अतिशय स्वप्नवत् वाटणारी गोष्ट. सिंड्रेलाच्या कथेसारखी कथा इथं प्रत्यक्षात घडली. त्या वेळच्या 'टाइम्स'मध्ये पहिल्या पानावर करिश्माच्या लग्नाची माहिती, फोटो सर्वकाही आलेलं होतं; परंतु कविता कुठेही विचलित झालेली नव्हती. अतिशय शांतपणानं ती फिलीपला जाणून घेत होती. आपल्या मुलीचं भविष्य एका संपूर्ण अनोळखी हातात, अनोळखी प्रदेशात, अनोळखी धर्मात तिला सोपवायचं होतं. त्यामुळे ती प्रचंड सजग होती.

आता इतक्या वर्षांनी तिच्या तोंडून उद्गार येतात, ''फिलीपइतका सज्जन माणूस माझ्या मुलीचा नवरा आहे,'' याचा मला अभिमान वाटतो. खूप कष्टानं मिळवलेलं सौख्य, समाधान, कृतार्थता ही अमूल्य असते. धनसंपत्तीचे तराजू वेगळे असतात. कवितानं फक्त चांगली माणसं जमवली, मुलींना उत्तम 'माणूस' बनवलं आणि त्यानंच तिचं पारडं जड झालं.

◆

'जगण्याला' कंटाळलेली माणसं सध्याच्या काळात सतत आसपास दिसतात. 'गेले ते सुंदर जुने दिवस' म्हणून सारखं सारखं नवीनतेला नाकारत आपलं रोजचं जगणं आणखीनच त्रासदायक करत असतात. आजूबाजूला हे सारखं पाहताना काही वेळा आपल्यावरही त्याचा परिणाम होत राहतो. वयाप्रमाणे हे होणारच हा पाढा ऐकून ऐकून कंटाळा येतो आणि अशावेळी काही सदोदित फुललेली माणसं आठवतात. वय वाढत असताना शारीरिक व्याधी आल्या. तरीही मनाचा आनंदी स्वर किंवा कुठेही निराशेचा राग आळवताना दिसत नाही. ही माणसं सतत हसतच असतात.

प्रभाताई पुणतांबेकर! शहात्तर वर्षांची ही माझी मैत्रीण. सतत हसणारी, याऽऽऽ असा लांब लचक स्वर लावून अत्यंत मनापासून अगत्य करणारी, चांगलं वाचणारी, चांगलं लिहिणारी, सखोल विचार करणारी आणि भरपूर मनमुक्त लिहिणारी (मी ते भरपूर लिखाण वाचलंय).

माझी मैत्रीण चित्रा काळे हिची ही नणंदबाई. घरगुती कार्यक्रमातून भेट व्हायची. पण संपूर्णपणे त्या मला समजल्या ते त्यांच्या घरी वास्तव्य केल्यानंतर! आमचे मुलुंडला दोन कार्यक्रम झाले. त्यानिमित्तानं त्यांच्या घरी राहण्याचे प्रसंग आले. अत्यंत रसिक आणि अगत्यशील अशी ही स्त्री मला फार फार आवडून गेली. आम्हा कार्यक्रम करणाऱ्यांना, मी, शैला मुकुंद आणि दिलीप ओक... आमचं जितकं आतिथ्य करता येईल तेवढं त्या करत होत्या. खाणं-पिणं, आमच्या वेळा सांभाळून चहापाण्याचं पाहणं हे इतकं करत होत्या की आमच्या जीव संकोचून गेला होता. बरं हे सगळं वरवरचं कुठेही नव्हतं. अगदी अंत:करणापासून त्या सगळं करत होत्या. सतत धावत धावत तुरुतरु चालणं ही त्यांची लकब. त्यांची धावपळ, धडपड नुसती बघून मला कल्पनेनंच दमायला व्हायचं.

कलावंत, लेखक आणि कलाकार मंडळी तसंच कर्तृत्ववान मंडळीबद्दल प्रभाताईंना विलक्षण आकर्षण आहे. त्यांच्या सुदैवानं नात्यामधूनच अशी मंडळी त्यांना लाभत गेली आहेत. प्रसिद्ध लेखक डॉ. अनिल अवचट हे त्यांचे व्याही आहेत. कारण डॉ. अवचटांची मोठी मुलगी आणि मुक्तांगण व्यसनमुक्ती केंद्रांची संचालिका मुक्ता पुणतांबेकर ही त्यांची मोठी सून आहे. त्यांची धाकटी सूनसुद्धा चित्रकार आणि गायिका असून बंगलोरजवळच्या व्हॅलीस्कूलमध्ये कार्यरत आहे. मुक्ता जे काही काम करतेय त्याबद्दल प्रभाताईंना विलक्षण कौतुक आहे. त्यांची एक छानशी सवय आहे ती म्हणजे मनात आलं की घरातल्या मंडळींनासुद्धा सुरेखशी पत्रं लिहायची. दोन्ही मुलगे, दोन्ही सुना, नातवंडं यांना त्यांनी अशी सुरेख पत्रं लिहिली आहेत.

थोडं मागे जाऊन प्रभाताईंचं आयुष्य बघायला हवं. पदवीधर झाल्यानंतर लगेच लग्न झालं. त्या वेळी त्यांच्या मित्रमैत्रिणींनी ठरवलं होतंच की काहीही झालं तरी मास्टर्स करायचंच... त्यानुसार लग्नानंतर त्यांनी एम.ए. केलं. त्याचं संपूर्ण श्रेय त्या सासरच्या मंडळींना देतात. खूप मोठा गोतावळा... पूर्वी पाहुणेरावळे हॉटेलमध्ये उतरायची पद्धत नव्हती. त्यामुळे सतत मुंबईला पाहुणे- नातेवाईक असत. मुंबई- हैदराबाद (सासरचं घर) असं वास्तव्य व्हायचं. सासरच्या मंडळींचा संपूर्ण पाठिंबा असल्यानंच एम.ए. करता आलं असं त्या कबूल करतात.

माणूस जन्मास येताना पूर्णपणे तयार असा घडून येत नसतो. तर तो वाढत असताना आजूबाजूच्या वातावरणात होणारं संगोपन... स्त्रीच्या दृष्टीनं सासर-माहेरचं वातावरण या सगळ्या गोष्टींचा परिणाम होऊन ती घडणावळ होत असते. स्त्रीला मिळणारे स्वातंत्र्य हे काहीतरी विचारपूर्वक करणाऱ्या स्त्रियांसाठी फार फार मोलाचं असतं आणि नितांत गरजेचं असतं.

प्रभाताई सांगतात तसं स्वातंत्र्य मला माहेरी तर मिळालंच. पण सासरीसुद्धा मिळालं. माहेरी आईवडिलांनी आम्हाला पदवीधर करायचंच हा निश्चय केलेला

होता. घरी आम्ही चांगल्या पद्धतीनं चर्चा करायचो. माझी आई त्या वेळी 'काशीखंड' वाचत होती. त्याच्या, ती वाचताना नोट्स काढत असे. विचार करा त्या काळी घरातली एक स्त्री हे करत असे. ती म्हणायची, आपण पुन्हा तो ग्रंथ वाचताना या नोट्सचा उपयोग होतो. आईनं नर्सिंगचं शिक्षण घेतलं असल्यानं सुशिक्षित होती. अत्यंत नीटनेटकं काम, शिस्तीनं घर चालवणं हा तिचा विशेष होता. दमले, कंटाळा आला, आरामशीर जीवनशैली या गोष्टी तिच्या शब्दकोशातच नव्हत्या.

तसंच सासूबाईंचं वागणं होतं. त्यांनीही मला जगण्याचा एक समृद्ध दृष्टिकोन दिला होता. सासर-माहेर आणि मुख्य म्हणजे पतींची संपूर्ण साथ यामुळेच मी धडपड करून थोडंफार का होईना काहीतरी माझ्यातलं जपू शकले.

काही दिवस त्यांनी मुलुंडच्या 'श्री' मासिकाचं संपादन केलं होतं. संपादन करणं म्हणजे बरंच जबाबदारीचं काम. सतत वाचन, लिखाण हे करावंच लागतं. घर उत्तमरीत्या सांभाळून प्रभाताईंनी नेटानं हे काम केलं.

'कल्पनाविहार वाङ्मय मंडळा'शी निगडित बरेच दिवस त्यांनी काम केलं. त्यात एकदा 'दीपस्तंभ' या शीर्षकाखाली जे.आर.डी. टाटांवरचा लेख त्यांना लिहायचा होता. तो लेख मी आवर्जून वाचला. आवश्यक तेवढं बारीकसारीक संशोधन करून त्यांनी अप्रतिम लेख लिहिलाय. लेख वाचताना क्षणोक्षणी त्यांच्या उत्तम वाचनाची खूण पटत होती.

प्रभाताईंच्या अगत्यशील स्वभावाबद्दल मुख्यत: लिहायचं एवढा दृष्टिकोन सुरुवातीला होता. पण विचार करता करता त्यांच्या बोलण्यातून प्रकट होणारी विचारी समजूत, चहूबाजूंनी टिपलेलं आणि हातात मावेल तेवढं घेतलेलं आसपासचं ज्ञान हा त्यांचा मोठा मौल्यवान संचय आहे. माझं स्वतःचं असं मत आहे की जी माणसं चांगली वाचक असतात ती दुसऱ्याला चांगल्याप्रकारे समजून घेत असतात. प्रभाताईंचं वैशिष्ट्य म्हणजे समोरच्या माणसातील काळी बाजू बाजूला सारून फक्त लखलखीत बाजूकडेच त्या नेहमी पाहतात. त्यामुळे कुणाशीही चिरकालचं शत्रुत्व वगैरे गोष्टी त्यांच्या आसपासही नसाव्यात.

बहुधा मैत्रीबद्दलची त्यांची व्याख्या मला फार लोभसवाणी वाटते. त्या म्हणतात, 'मैत्री म्हणजे आपलं दुसरं मन! आपल्याशी आपलं म्हणून संवाद करणारं, कोणताही विषय अगदी क्षुल्लकसुद्धा, तेवढाच मनावर घेऊन त्याचा विचार करणारं, त्याची सविस्तर चर्चा करणारं, स्पर्धा, चढाओढ, वादविवाद, ईर्ष्या, ताणतणाव या वास्तवातसुद्धा त्याच्याशी सदैव सामना करत असतानाही निरपेक्षपणे आपला हात हातात घेणारं एक हळुवार वास्तव म्हणजे मैत्री.

अशा पद्धतीचा हटके वाटणारा विचार करणाऱ्या प्रभाताई; त्यांच्या घरचा पाहुणचार सांगितल्याशिवाय लेख पुरा करता येणार नाही. अगदी पहिल्यांदा गेलो

ते 'विश्ववामा' कार्यक्रम घेऊन. तांत्रिक साहाय्यासाठी तिघीजणी आणि प्रत्यक्ष रंगमंचावर असणाऱ्या आम्ही दोघी- शैला आणि मी. एकदम पाचजणी, शिवाय त्यांचे भाऊ-भावजय -दिलीप ओक. आम्ही इतकी माणसं एकदम त्यांच्याकडे जाणार म्हणून मी आणि शैला खूपच संकोचलो होतो. सकाळी निघून जेवणाच्या वेळेपर्यंत त्यांच्याघरी गेलो. प्रवास आणि नंतर चार जिने चढून जाणं... खूप दमलो होतो. पण दार उडताक्षणी 'याऽऽऽ मंडळी' असं भरघोस स्वागत प्रभाताईंनी केलं आणि आमचा शीण कुठल्या कुठे पळाला. आम्ही एखादे महान कलाकार असल्यासारखे प्रभाताई अक्षरश: आमच्या दिमतीला धावपळ करत होत्या. सुरुवातीला सरबत आलं आणि थोडी विश्रांती घेऊन जेवणाच्या टेबलावर गेलो. पाहतो तर जेवणाचे भरपूर पदार्थ असलेलं भरलेलं ताट... एकट्या बाईनं हे सारं करणं खूपच कौतुकाचं होतं. अमक्याला हे आवडतं म्हणून, तमक्याला ते आवडतं म्हणून असं करत जवळजवळ सर्वांच्या आवडी लक्षात ठेवून बनवलेलं ते जेवण नुसतं बघूनच पोट भरलं. त्यांच्या घरचं ते बुटकं टेबल आणि बुटक्या खुर्च्या... खूप आवडून गेलं. कार्यक्रम संध्याकाळी होता. तोपर्यंत दुपारचा चहा वगैरे तयारच होता. कार्यक्रम रात्री संपल्यानंतर पुन्हा कुणाला जसं हवं तसं जेवण. रात्री झोपताना कुणाला हवं असल्यास थंड दुधाचा ग्लास.

दमल्या असाल गं... पाठ दुखतेय का? दूध देऊ का? एवढा वेळ स्टेजवर बोलायचं म्हणजे सोपं काम आहे का?... टिपिकल आई काळजी घेईल अशी आर्जवी काळजी घेणं चाललं होतं.

प्रभाताईंनी स्वत:च्या शिक्षणाचा उपयोग प्रत्यक्ष आचरणात पुरेपूर आणलेला दिसतो. त्यांच्या वेळी कॉलजेमध्ये पु. ग. सहस्रबुद्धे, सरोजिनी वैद्य, शंकर वैद्य या नावाजलेल्या प्रोफेसरांचं मार्गदर्शन लाभलं होतं. त्या सांगतात कॉलेजच्या शेवटच्या दिवशी सेंडऑफच्या वेळी पु. ग. सहस्रबुद्धे म्हणाले होते, 'आता बाहेरच्या जगात वावरताना शिकलेल्या स्त्रिया कसा साकल्यानं विचार करतात, कशा वागतात कशा बोलतात याचा वस्तुपाठ समाजाला जाणवू द्या.'

पु.ग. सहज सांगून गेले, पण शिक्षणाबरोबर जबाबदार नागरिक बनण्याची मनीषा जागृत करून गेले. प्रभाताई अक्षरश: तशाच वागतात. त्यांच्या दोन्ही सुना देव-कर्मकांड न मानणाऱ्या आणि प्रभाताई श्रद्धेनं सगळं काही करणाऱ्या. इथे संघर्षाची ठिणगी कदाचित पडू शकली असती. पण प्रभाताईंनी तो ताळमेळ व्यवस्थितपणे जपलाय. दोन्ही सुनांनीही जो जपलाय. त्यामुळे अगदी टिपिकल सासू-सून प्रकरण त्यांच्या घरात नाही. त्यांचं म्हणणं असं की ज्यामध्ये समाधान, आनंद मिळतो ते मी करते.

तो देव माझ्यासाठी अमुक एक करेल म्हणून मी करत नाही. माझी आई नेहमी

म्हणायची, सुख आणि आनंद हे वेगळं शोधायचं नसतंच; आपण आपलं काम निर्मळ मननं केलं की ते आपोआप मिळतं.

बच्याच लेखांत उल्लेख केल्याप्रमाणे माणसातलं निराळेपण शोधायची माझी खोड आहे. त्यामुळे प्रभाताईंचं फक्त अगत्यच मला विशेष वाटलं असं नाही, तर त्यांचा संपूर्ण सकारात्मक विचार करणारा स्वभाव विशेष वाटला. एखाद्याच्या पाठीमागे नावं ठेवणं हे अगदी नावालाही त्यांच्या स्वभावात नाही.

त्यांच्या मोठ्या मुलाच्या- आशिषच्या- मुक्ताबरोबरच्या लग्नात अनिता अवचट (सुनंदा) हयात होत्या. त्यांच्या देखतच त्यांची मुक्ता पुणतांबेकरांच्या घरात आली. एवढी मोठी समाजसेविका, मुक्तांगण व्यसनमुक्ती केंद्राची आईच जणू अशी व्यक्ती त्यांची विहीण झाली. 'देवधर्म' या विषयावरची पूर्ण भिन्न विचारसरणी असलेली दोन घरं एक झाली. त्यामुळे सुरुवातीचे दिवस कदाचित खडबडीत वाटेवरचे असतीलही... पण प्रभाताईंनी सगळ्या वाटा सुरळीत केल्या.

मी काही वर्ष सूत्रसंचालनाच्या 'बोलू ऐसे' हा प्रशिक्षण वर्ग घेत असे... 'बोलू ऐसे' हे शीर्षक अनेकांना खूपच आकर्षक वाटायचं. खूप विचारपूर्वक असा याचा अभ्यासक्रम आखलेला होता. खूप नावाजलेली मंडळी माझ्याकडे हे प्रशिक्षण पूर्ण करून गेली.

प्रभाताईंना हे प्रशिक्षण निराळं वाटलं आणि मुलुंडला त्यांनी दोन दिवस ते स्वतःच घरी आयोजित केलं. नेहमीप्रमाणे माझ्या या प्रशिक्षणासाठी लागणारी सर्व तयारी शिवाय सर्वतोपरी माझी काळजी घेणं हे त्यांनी मनापासून केलं. या वर्गात मी प्रत्येक वेळी नवीन विषयावर काहीतरी लिहायला देत असे. "खरंच मी काही मिळवलं आहे का?" नात्यामधली माझी भूमिका असे निराळे विषय असत. त्याच प्रशिक्षणात प्रभाताईंनी 'खरंच मी काही मिळवलं आहे का?' या विषयावर सुंदर निबंध लिहिला. तो संपूर्ण लेख इथं देणं शक्य नाही. परंतु त्या लेखाचा गाभा फार सुंदर होता. लौकिकातली आपली मिळकत आणि स्वतःच्या व्यक्तिमत्त्वातली मिळकत यातला नेमका गाभा त्यांनी त्या लेखात प्रकट केला होता.

'शतायुषी' मासिकाच्या एका स्पर्धेत 'मधुमेह' या विषयावरच्या त्यांच्या लेखाला पहिलं बक्षीस मिळालं होतं. स्वातंत्र्याबद्दलची त्यांची एका ओळीतली कल्पना मला फार आवडते. त्या म्हणतात, 'मनाचा मोकळेपणा म्हणजे स्वातंत्र्य,' यातला खोल अर्थ काढला तर खरोखरच या वाक्याला बरेच पदर आहेत, असं दिसून येतं. त्या नेहमी म्हणतात, 'म्हणूनच आपल्याला कुठलंच स्वातंत्र्य नाही असं मला कधीच वाटलं नाही.'

टिपिकल बायकी नाराजी मी त्यांच्याकडून कधीच ऐकली नाही. "बाईच्या जातीला हे कुठं चुकलंय, बायकांना हे शेवटपर्यंत सहन करावचं लागतं, बायकांनाच

तडजोडी कराव्या लागतात.' असली वाक्यं त्या कधीच बोलत नाहीत. सासरी बराच मोठा गोतावळा असल्यानं सतत पाहुणेरावळे असायचेच, तेव्हा त्यांनासुद्धा काही खास बायकी अडथळे आलेच असतील... परंतु त्यांच्या बोलण्यात तक्रार हा शब्दच नाही. उलट सासूबाईंनी मला खूप काही शिकवलं, समजून घेतलं असं त्यांचं म्हणणं...

समोर दिसेल त्या गोष्टीचा सर्व बाजूंनी खोल विचार करायचा हा त्यांचा स्वभाव आहे. माझाही तोच स्वभाव असल्यानं बहुधा त्यांचं आणि माझं छान मैत्र जुळलं असावं. मला नेहमी वाटतं की त्यामुळे आपण एखादा माणूस, एखादा प्रसंग, एखादी चांगली-वाईट घटनासुद्धा चांगल्याप्रकारे समजून घेऊ शकतो. हसत सर्व गोष्टींकडे पाहण्याचा प्रभाताईंचा गुण मला फार फार मोलाचा वाटतो. प्रत्यक्षात अमलात आणायला ही गोष्ट खूप अवघड आहे.

प्रभाताई कविता छान करतात. कवितांमधून त्यांच्या मनाची घडण कळते. 'दिवस हे कसे, लांब, सुस्तावलेले खूप बिझी असणारे, मनाला बेचैन करणारे, बिझी नसणारे, कंटाळवाणे. मन हे कसे?- सगळं स्वीकारणारे!

स्वीकार हा कसा? दुखणाच्या परिस्थितीचा, का हातातल्या असणाच्या व नसणाच्या गोष्टींचा? मनापासून केलेला वा न केलेला.

गोष्टी या कशा- सांगता येणाच्या, न सांगता येणाच्या, घडणाच्या, न घडणाच्या, मनाला चिंतित करणाच्या, घाबरवणाच्या का सावरणाच्या?

मग भीती कसली? शाश्वताची की अशाश्वताची? त्या पार होणार की नाही, या विचाराची? मनातील एका ध्यासाची, की जगण्यातील आव्हानाची?

ही त्यांच्या एका कवितेची झलक आहे. साध्या शब्दातून आतलं मन बोलणाच्या या कविता... वलयांकित माणसं त्यांचे जवळचे नातेवाईक आहेत. पण कुठेही त्याच्या बढाया त्या मारत नाहीत.

पुस्तकं, माणसं, हसत राहणं, येईल जाईल त्याचं मनापासून अगत्य करणं आणि समतोल वागणं या गोष्टींनी त्यांच्या व्यक्तिमत्त्वाला विलक्षण शोभा येते. कोणत्याही गोष्टीकडे त्रयस्थासारख्या दृष्टीनं पाहिलं तर ती गोष्ट आपण आरपार पाहू शकतो. प्रभाताई नित्य परिचयाच्या असूनही मी त्यांच्याकडे त्या दृष्टिकोनातून पाहू शकले म्हणून लिहू शकले.

त्यांचे मुलगे अमित, आशिष, सून जाई आणि मुक्ता तसंच चार नातवंडं आणि पती असा त्यांचा भरलेला संसार आहे. दोघंही मुलं आईवडिलांची छान काळजी घेतात. पुस्तकांची सगळ्यांनाच आवड असल्यानं घरातलं वातावरण विचारांनी समृद्ध आहे, म्हणून प्रभाताई तशा समृद्ध आहेत. एक छानशी मोठ्या बहिणीसारखी माझी ही मैत्रीण मलाही संपन्न करून जाते हे निश्चित.

वाईमधल्या वाड्यांच्या मधोमध असलेला एक अत्यंत निमुळता प्लॉट. अगदी बोळ म्हणावा अशीच जागा... डॉ. मुकुंद मुजुमदारांची ही जागा. या निमुळत्या जागेच्या दोन्ही बाजूंना फक्त जुन्यापुराण्या वाड्यांचीच गर्दी.... त्यामुळे अंधार, मोकळी जागा, हवा सगळ्याच अडचणी होत्या... मुजुमदारांनी या बोळवजा जागेवर नवीन घर बांधायचं ठरवलं... दोन-तीन आर्किटेक्ट्सना दाखवून झालं; पण पसंती झाली नाही. मग हे काम एक अवलिया आर्किटेक्टकडे आलं आणि एखादा चमत्कार वाटावा अशी जादूमय वास्तू तिथं त्यांनं आपल्या कल्पकतेनं उभी केली.

'कल्पकता' हा शब्दही साधा वाटावा इतका खोलवर विचार या वास्तुतज्ज्ञानं केला... रवी गद्रे असं त्या वास्तुविशारदाचं नाव आहे... त्यांना मिळालेले आतापर्यंतचे सोळा पुरस्कार ही मला वाटतं बरीच मोठी संख्या आहे. नुसत्या काही वेळच्या भेटीतून या कलाकार माणसाची अचाट व्हिजन समजून आली नव्हती. परंतु या लेखाच्या अनुषंगानं त्यांच्याशी बोलायला गेले, तेव्हा एका अस्सल कलावंताचं

दर्शन झालं. रवी गद्रे यांचा व्यवसाय वास्तुविशारद म्हणून आहे. 'इमारतीचं डिझाइन' करणं हे काम. इंग्रजी डिक्शनरीत 'आर्किटेक्ट'चा अर्थ शिल्पकाम असा आहे. इमारतीचं शिल्प उभं करणं! इमारतीचं शिल्प... खरोखर शब्दशः अर्थ घ्यायचा म्हटलं, तरीही हे शंभर टक्के सत्य आहे. रवी गद्रे यांच्या बाबतीत तर हा अर्थ तंतोतंत दृश्य स्वरूपात दिसतो. ते खरोखरच इमारतीचं शिल्पच उभं करतात. शैक्षणिक काळात पूर्ण पाच वर्षं डिझाइनमध्ये अव्वल आल्यामुळे अंतिम वर्षामध्ये 'थ्रूआऊट एक्सलन्स इन डिझाइन' असं विशेष मेडल मिळवलेले गद्रे तसे मितभाषीच आहेत. सतत डोक्यात काहीतरी 'क्रिएटिव्ह' असं चालत

असल्याने शांतपणे स्वत:मधे मग्न राहणं ते पसंत करतात.

सुरुवातीला वाईच्या ज्या बोळवजा वाड्याचं वर्णन केलं, त्याबद्दल जरा सविस्तर सांगावंसं वाटतं. कारण खरोखरच ते एक आव्हानात्मक काम होतं. इतक्या चिंचोळ्या जागेत अत्यंत बारकाईनं डिझाइन करताना निसर्गाचा, पर्यावरणाचा, बदलत्या नैसर्गिक हवामानाचा संपूर्ण विचार रवी गद्रे यांनी केलेला दिसतो. सुरुवातीलाच म्हटल्याप्रमाणे - हाउस विथ अ् हार्ट ॲन्ड नो फेस...'चेहरा नसे पण सुंदर असे' या सुंदर शीर्षकानं अर्थमंथन आणि वास्तुउद्योग या मासिकात या मुजुमदारांच्या वास्तूविषयी लेख छापले गेले होते. पुढे २००२ सालचं राष्ट्रीय स्तरावरचं- 'J.K. सिमेंट आर्किटेक्ट ऑफ दी इअर' हे ॲवार्ड त्या वेळचे उपराष्ट्रपती भैरोसिंह शेखावत यांच्या हस्ते 'मुजुमदार हाउस'ला गद्रे यांना दिल्ली इथे प्रदान करण्यात आलं. रु. ५०,००० रोख रकमेचा हा पुरस्कार गद्रे यांच्या कल्पकतेला होता, असं म्हणावं लागेल.

'मुजुमदार हाउस'साठी गद्रे यांना आपल्यातलं 'डिझाइन'चं कौशल्य संपूर्णपणे वापरात आणता आलं; कारण ती जागा म्हणजे मोठं चॅलेंज होतं. त्यातल्या खोल्यांची रचना, मधल्या चौकाची रचना, नैसर्गिक स्कायलाइटची व्यवस्था या अशा काही केल्या आहेत की हवा, सूर्यप्रकाश, चंद्रप्रकाश, कम्युनिकेशन, ध्वनिसंपर्क हे सहजासहजी होऊ शकेल. खरं पाहता प्रत्यक्षच पाहायला हवं असे हे काम. परंतु आतातरी फक्त वर्णनातूनच आपण कल्पनेनं पाहू शकतो. काही वर्षांनी गद्रे मुजुमदारांकडे गेले असता घरातल्या सासू-सुना त्यांना आवर्जून सांगायला लागल्या की, आता आमची आजारपणं संपली. पूर्वीच्या घरात प्रकाश, हवा याचं दुर्भिक्ष

असल्यानं सतत या दोघी आजारी असायच्या. आता गेली काही वर्षं आजार पळाले आहेत... एखाद्या वास्तूसाठी यापेक्षा मौल्यवान पावती कोणती असू शकेल?

गद्रे यांचा पिंडच मुळी कलावंताचा आहे. ते उत्तम कॅरीकेचर काढतात. त्यांच्या स्टुडिओत पाहिलेली पु. ल. देशपांडे, भीमसेन जोशी, सुधीर मोघे, मंगेश पाडगावकर यांची तसंच आणखी असंख्य कॅरीकेचर्स लाजवाब आहेत.

बाळासाहेब ठाकरे यांचं कॅरीकेचर 'हिन्दुस्थान टाइम्स'नं आयोजित केलेल्या स्पर्धेसाठी गद्रे यांनी पाठवलं. त्याला उत्तेजनार्थ पारितोषिक मिळालं... काही दिवसांनी 'हिंदुस्थान टाइम्स'नं त्या सर्व स्पर्धकांच्या कलाकृतींचं प्रदर्शन मुंबईत भरवलं होतं. गद्रे यांचा निखळ पारदर्शी दृष्टिकोन इथं सांगावासा वाटतो. ते प्रदर्शन पाहायला गद्रे मुंबईला गेले होते. प्रदर्शनात एकापेक्षा एक सुंदर कॅरीकेचर्स होती. गद्र्यांनी तिथे परीक्षकांना विचारलं, 'ही इतकी सुंदर कॅरीकेचर्स असताना तुम्ही मला उत्तेजनार्थ तरी पारितोषिक कसं काय दिलंत?' परीक्षकांनी उत्तर दिलं की, 'तुमच्या स्केचमधून तुम्ही संदेश दिलाय.' चित्र असं

आहे– बाळासाहेब ठाकरे हात उंचावून भाषण करतायत. त्यांचा दुसरा हात तोफेवर आहे...तोफेच्या तोंडी लेखणी आहे. १९९५ सालचं हे अॅवार्ड आहे. त्या काळात बाळासाहेब पूर्णपणे जोशात होते.

गद्रे म्हणतात, 'कॅरीकेचरमुळे मला डिझाइनमध्ये कल्पकता आणण्याची ऊर्जा मिळते.' नुसत्या लाइन्समधून माणसाचं पूर्ण व्यक्तिमत्त्व उभं करणं हे खऱ्या कलावंताचंच काम आहे. रवी गद्रे यांच्या हातात 'कॅरीकेचर'ची कला असल्यामुळे 'Creativity' ही उपजत आहे. आतापर्यंतच्या आयुष्यात एकूण १६/१७ पुरस्कार, तेही नावाजलेले असे मिळवलेला हा कलाकार नुसतीच इमारतींची शिल्पं उभी करत नाही, तर त्या शिल्पांमधे प्राण आणतो. त्यांच्या स्वतःच्या बंगल्याला-'गद्रे हाउस ऋतू' नावाच्या वास्तूला- एकूण चार पुरस्कार मिळालेले आहेत. हासुद्धा तसा छोटासा प्लॉट होता. पण त्यांनी त्या घराचं 'ऋतू' नाव सार्थ केलंय.

J.K. सिमेंटचं 'आर्किटेक्ट ऑफ द इअर' हे १९९९चं अॅवॉर्ड, आणि JIIAचं अँकर अॅवॉर्ड तसंच बेस्ट आर्किटेक्चरल डिझाइन म्हणून AESA अॅवॉर्ड आणि अँबीअन्स ऑलिव्हरीरी अॅवॉर्ड असे चार पुरस्कार 'ऋतु'ला आतापर्यंत मिळालेले आहेत. इतर पुरस्कारांबरोबरच ड्युरीअन इंडस्ट्रीज अॅन्ड सोसायटी इंटीरिअर्स मॅगॅझिन

तर्फे २०१२ चं आउटस्टॅन्डिंग कॉन्ट्रिब्यूशन टु आर्किटेक्ट ॲवॉर्ड त्यांना मिळालेलं आहे. तर असे हे रवी गद्रे. सुरुवातीलाच म्हटल्याप्रमाणे मितभाषी; पण 'कामातून' बोलणारे. इतक्या दिवसांच्या सहवासातून त्यांचं जे काही व्यक्तिमत्त्व समजलं, ते तसं शांतच. 'क्रिएटिव्ह' मनोवृत्ती असल्यानं अत्यंत रसिक असलेले गद्रे संगीत आणि रिस्टवॉचचे शौकीन आहेत. सगळ्याच ब्रॅन्डेड गोष्टींची आवड असली, तरी व्यक्तिमत्त्वात दिखावा नाही.

मुलाबाळांत-नातवंडांमध्ये रमणारे रवी गद्रे फारच क्वचित रागावताना दिसतात. विलक्षण सहनशीलतेनं न रागावता ते नातवंडांशी खेळत असतात. त्यामुळे नातवंडंही त्यांच्याशी जास्त रमतात. एकत्र कुटुंब, नातेवाइकांचा राबता, घरातले काही विशेष प्रसंग या सर्वांमध्ये 'खूप काम' म्हणून त्यांनी कधीही टाळाटाळ केलेली पाहिली नाही. बायकांची साडीखरेदी किंवा कपडेखरेदी ही बहुधा पुरुषांची डोकेदुखी असते. म्हणजे तसं बोललंही जातं. पण रवी गद्रे याला अपवाद आहेत. सर्व खरेदीला ते स्वत: हजर राहून उत्तम पसंतीनं ते काम दीर्घकाळाऐवजी अल्पकाळात उरकतात. इथेही त्यांची रसिकदृष्टी कामी येते.

रवी गद्रे यांचा प्रेमविवाह आहे. त्यांची पत्नी ही प्रसिद्ध सत्पुरुष दत्तमहाराज कवीश्वरांची नात. त्यामुळे 'तिकडे' सगळं आध्यात्मिक वातावरण. परंतु गद्रे यांच्या घरी कुठेही त्या वातावरणाचे विशिष्ट नीतिनियम नाहीत किंवा पराकोटीचं सोवळंओवळं नाही. गद्र्यांच्या रसिकतेला पुरेपूर साथ देणारी पत्नी असल्यामुळे त्यांच्या घरी विसंवाद जवळजवळ नाहीच...

सांसारिक आघाडीवर सगळं आलबेल असल्यानं गद्रे यांना त्यांच्या कामामध्ये आवश्यक असलेली एकाग्रता निश्चितच साधता येते. त्यांच्या सर्व कामांमध्ये ते निसर्गाचा सर्वांत प्रथम विचार करतात. नंतर मग त्या वातावरणाशी सुसंगत, कालानुरूप सुसंगत अशी रचना निर्माण होते. नवीन आधुनिक काळाला रुचेल, पटेल अशी निर्मिती करताना उगाचच काहीतरी समजायला अवघड अशी 'मॉर्डन आर्ट' ते उपयोगात आणत नाहीत. त्या त्या गावांमधल्या हवामानाला अनुसरून त्या तर्कानं सौंदर्य आणि डौल राखून इमारतीचा आराखडा ते आखतात. म्हणूनच जळगावसारख्या प्रचंड उन्हाळा असलेल्या शहरात इमारत उभी करताना अत्यंत विशिष्ट असं डिझाइन त्यांनी तयार केलं आणि त्यासाठी त्यांना पुरस्कार दिला गेला.

पारंपरिक गोष्टींतील मूल्यं आणि मूळ आत्मा यांना धक्का न लावता आधुनिक काळाला रुचेल अशी निर्मिती करताना खरोखरच त्या वास्तूचं ते एका देखण्या शिल्पात रूपांतर करतात, हे निर्विवाद सत्य! म्हणूनच त्यांच्या इमारती या वापरायला साध्यासोप्या पण दिसायला कदाचित अवघड वाटू शकतात.

रवी गद्रे तसे मितभाषी असले, तरी कुटुंबातले आहेत. एकत्र कुटुंब, नातेवाईक असा बऱ्यापैकी मोठा परिवार आहे. दोन मुलं-सुना-नातवंडं अशा भरलेल्या घरात असल्यानं त्यांना माणसांचं वावडं नाही. ते स्वतः उत्कृष्ट माउथ ऑर्गन वाजवतात, चांगल्यापैकी गातात आणि छानशी कॅरीकेचर्स काढतात. डोक्यात सतत कुठलंतरी 'डिझाइन' असतं. देश-विदेशांत प्रेझेंटेशन्स, लेक्चर्स देण्यासाठी जावं लागत असल्यानं प्रत्येक देशातल्या इमारतींचा ते अभ्यास करतात. जपान आणि हाँगकाँगला जाऊन छोट्या घरांची डिझाइन्स कशी असावी, याचा अभ्यास करताना तिथलं आधुनिक तंत्रज्ञानही त्यांना भुरळ घालतं. सात युरोपियन देश आणि बाकी आशियाई देशांत सतत भ्रमंती करून त्यांनी स्वतःच्या व्यवसायात त्या अभ्यासाचा स्वत: खास उपयोग केलेला दिसतो.

त्यांच्या पत्नी कांचनताई यांच्या माहेरी दत्तमहाराज कवीश्वरांमुळे बऱ्यापैकी धार्मिक आणि आध्यात्मिक वातावरण आहे. आणि स्वतः रवी गद्रे तसे 'प्रॅक्टिकल' विचारांचे आहेत. तरीही घरातले कुळाचार, धार्मिक सण-समारंभ हे सगळं व्यवस्थितपणे चालू असतं. कुठेही विसंवाद नसतो.

कलावंत माणूस हा नेहमीच अस्वस्थ असतो. सतत काहीतरी सृजनात्मक घडत असल्यानं त्या अस्वस्थपणाची गोमटी फळं दृश्य स्वरूपात दिसत राहतात. रवी गद्रे यांच्या आत्ममग्न अशा अस्वस्थतेतून सुंदर सुंदर इमारतींची डिझाइन्स तयार झाली आहेत. आर्किटेक्टचा डिक्शनरीतला अर्थ तंतोतंत स्वरूपात समोर उभा करणारे गद्रे हे एक हाडाचे कलावंत तसेच उत्तम माणूसही आहेत. घरच्या सुनांचे लाड करणारे, उत्तमोत्तम कपड्यांचा शौक असणारे, नातवंडांमध्ये त्यांच्या वयानुसार खेळणारे असे हे आमचे व्याही रवी गद्रे एक उत्तम आणि प्रसिद्ध आर्किटेक्ट आहेत, ही आमच्या दृष्टीनं अभिमानाची बाब आहे.

◆

विज्ञान आणि अध्यात्म हे एकसंधपणे अवलंबलेल्या एका पराकोटीच्या सश्रद्ध अशा व्यक्तीबद्दल मी आता लिहितेय.

टाटा इन्स्टिट्यूट आणि भाभा अणुशक्ती केंद्रात राजपत्रित अधिकारी म्हणून प्रदीर्घ काळ काम केलेले नंतर भारत इलेक्ट्रॉनिक्समधून एजीएम म्हणून निवृत्त झालेले केळकर हे 'व्हाय मॅनेजर्स सक्सीड ऑर फेल' या निबंधासाठी पब्लिक सेक्टर स्टडीजकडून पारितोषिक मिळून सन्मानित केले गेले आहेत. भाभा अणुशक्ती केंद्रात संशोधक म्हणून कार्यरत असताना त्यांच्या समूहानं केलेलं संशोधन महत्त्वाचं होतं.

युद्धाच्या वेळी शत्रुपक्षातील रणगाडे आणि इतर हालचाली शत्रूच्या नकळत दिवसा किंवा रात्री पाहण्याची क्षमता असलेली इन्फ्रारेड ट्यूब (दुर्बीण) असं ते संशोधन होतं.

ती दुर्बीण लावून शत्रूच्या हालचाली शत्रूच्या नकळत टिपता येत होत्या. १९६५च्या भारत-पाक युद्धानंतर अमेरिकेनं भारतावर अनेक निर्बंध लादलेले होते.

त्यामुळे त्या देशातून संरक्षणविषयक सामग्री आयात करण्यात अडचणी येत होत्या. त्या पार्श्वभूमीवर हे संशोधन महत्त्वाचं होतं. श्रीयुत केळकरांच्या टीमचं ते संशोधन होतं. वैज्ञानिक संशोधनाच्या नोकरीमध्ये त्यांनी बनवलेल्या व्हॅक्यूम सिस्टिमचं कौतुकही झालं.

अतिशय आव्हानात्मक नोकरी, हे जी. एन. केळकरांच्या बुद्धिमतेचं फलित होतं. लहानपणापासून बुद्धिमान असलेल्या दादांनी अनेक विषयांत विशेष प्रावीण्य मिळवलेलं आहे. नोकरीच्या काळातच त्यांचा लहानपणापासून अध्यात्माकडे असलेला ओढा जास्त प्रखरतेनं प्रवाहित झाला होता, असं म्हणायला हरकत नाही.

या नोकरीच्या पूर्वीचा काही काळ दादांनी एखाद्या कलंदरासारखा काढलेला दिसतो. बहीण-भावांच्या जबाबदाऱ्या पार पाडताना मध्येच कुठेतरी अज्ञात स्थळी भ्रमण करून यायचं, आध्यात्मिक वाटचालीत स्वतःच्या सतत परीक्षा घ्यायच्या, अवघड मार्ग अवलंबायचे आणि स्वतःला सतत काट्यावर उभं करायचं, हा त्यांचा स्वभाव त्यांच्या व्यक्तिमत्त्वातला टोकदारपणाही दर्शवतो. बॅडमिंटन, टेबलटेनिस आणि बुद्धिबळ या तीनही खेळांत ऑफिसमध्ये सतत बक्षिसं मिळवणारे केळकर अष्टांग योग आणि ध्यान, आद्य शंकराचार्य, सनातन वैदिक धर्म अशा विषयांवर प्रचंड अभ्यासपूर्ण अशी प्रवचनेही देतात.

म्हणूनच सुरुवातीला म्हटल्याप्रमाणे आयुष्याचा नोकरीचा काळ हा मोठ्या वैज्ञानिक संस्थेत संशोधक म्हणून काढताना बरोबरीनं त्यांची आध्यात्मिक वाटचाल चालू होती, ही नवलाची गोष्ट आहे.

आता 'मी' त्यांच्याविषयी का लिहितेय, हे सांगणं भाग आहे.

साधारण तीसेक वर्षांपूर्वीची गोष्ट! संध्याकाळी पाचच्या सुमारास दारावरची बेल वाजली म्हणून दार उघडलं. दारात एक काळेसावळे वृद्ध गृहस्थ उभे होते. "मी रंगाकाका. तुझ्या सासऱ्यांचा चुलतभाऊ!" त्यांनी स्वतः ओळख करून दिली. मी त्यांना आत बोलावून बसायला सांगितलं. पाणी आणलं. मी मनात म्हटलं, म्हणजे माझे हे चुलतसासरेच की! मी त्यांना कधीच पाहिलं नव्हतं. कारण ते राहत होते कर्नाटकात. नंतर त्यांनी बऱ्याच आठवणी सांगितल्या. गप्पा झाल्या. खाणं-पिणं झालं. निघताना माझ्या हातात त्यांनी एक व्हिजिटिंग कार्ड ठेवलं आणि म्हणाले, "माझी मुलगी आणि जावई इथं पुण्यातच राहतात. हे जावयाचं कार्ड. त्यावर पत्ता आहे. कधी जमलं तर जाऊन या." कार्ड होतं श्री. जी. एन. केळकर यांचं. रंगाकाकांचे जावई. मी आता ज्यांच्याबद्दल लिहितेय, तेच ते दादा केळकर.

मध्यंतरी काही दिवस गेले आणि मी दिलीपना म्हटलं की, "केळकरांकडे एकदा जाऊन येऊ या का? तसं आपलं नातंच आहे. ओळख तर करून घेऊ. 'वन्संबाई' कशा आहेत तेतरी पाहून येऊ," आणि आम्ही रीतसर फोन वगैरे करून

त्यांच्या मॉडेल कॉलनीतल्या घरी जाऊन थडकलो. एक-दोन वाक्यांतच बुद्धिमत्ता दाखवणारं केळकरांचं बोलणं आणि अंजलीताईंचा सोज्वळ, हळू पण सावकाश बोलणारा ढंग आम्हाला एकदम आवडून गेला. खूप मनमोकळेपणानं दोघंही आमच्याशी बोलत होते. केळकर स्वत: छान बोलणारे. सर्व विषयांवर अभ्यासपूर्ण मतं व्यक्त करणारे आणि सौ. अंजलीताई सौम्य हसत अनुमोदन देणाऱ्या. अचानक धनलाभ व्हावा तसं नणंद-भावजयीचं हे लोभस नातं लग्नानंतर बऱ्याच वर्षांनी आम्हाला लाभलं. ही चुलत-चुलत नणंद आणि त्यांचे यजमान हे दोघंही आमच्यापेक्षा वयानं वडील असूनही आमच्या गप्पांमध्ये ते अंतर कधी जाणवलंच नाही. याचं महत्त्वाचं एक कारण सांगता येईल ते म्हणजे 'वाचन'! दादा खूप वाचतात. ते स्वत: अध्यात्मात बरेच पुढे गेलेले आहेत. गुळवणीमहाराजांचे अनुग्रहित आहेत. वेदान्तापासून-उपनिषदांपर्यंत प्रचंड व्यासंग आहे.

प्रचंड बुद्धिमत्ता, BARCसारख्या प्रतिष्ठित संशोधन संस्थेतली मानाची नोकरी आणि त्याला समांतर असं त्यांचं आध्यात्मिक जीवन हे मला स्वत:ला फारच आव्हानात्मक वाटतं.

या सर्व पार्श्वभूमीवर त्यांच्या स्वभावात कुठेही ताठपणा अथवा कोरडेपणा नाही. चित्रपट, कादंबऱ्या, संगीत यांमध्ये रुची असलेले अतिशय रसिक असे दादा अतिशय खेळीमेळीत नेमके खोचक विनोदही करतात.

मी ओशोंचे अनुवाद करते याबद्दल त्यांना नेहमी उत्सुकता असते. आजतागायत ओशोंच्या विचारांबद्दल त्यांनी त्यांचं खास मत दिलेलं नाहीये. कारण त्यांचा अध्यात्ममार्ग वेगळा आहे. आपण ध्यानधारणा हा शब्द जोडून म्हणतो. दादांच्या म्हणण्याप्रमाणे धारणा आधी पक्की असल्याशिवाय ध्यान शक्य होत नाही. आमच्या दोघांचा कल हा आध्यात्मिकतेकडे नाही. परंतु दादांनी कधीही आमच्यासमोर त्यांची आग्रही मतं मांडलेली नाहीत. नुकतंच त्यांचं 'आयुष्याची गोळाबेरीज' हे आत्मचरित्र त्यांच्या दहा प्रवचनांसह प्रसिद्ध झालंय. आम्ही जवळचे परिचित असूनही त्यांचा हा थक्क करणारा आध्यात्मिक प्रवास केवळ या पुस्तकातून कळला आणि नंतर दादा केळकर आणखी नव्यानं उमगले. नोकरी, प्रपंच, भावंडांच्या जबाबदाऱ्या हे सारं विलक्षण मनापासून करताना कंटाळून, वैतागून त्यांनी सत्संग सोडला नाही किंवा अध्यात्माची वाटही सोडून दिली नाही. कारण त्यांचा जन्मजात ओढा तिकडेच आहे.

अनेक सत्पुरुषांच्या सहवासात सतत मार्गक्रमण करताना नोकरी आणि प्रपंचाकडे त्यांचं कधी दुर्लक्ष झालंय, असं दिसत नाही. मुलांची चांगली शिक्षणं, लग्नं या जबाबदाऱ्या पार पाडताना काही कौटुंबिक संकटांनीही त्यांची सत्त्वपरीक्षा पाहिली. परंतु श्रद्धावान असल्यामुळे त्यांनी ती संकटं न डगमगता पार केली.

मी स्वत: ओशोंच्या पुस्तकांचे अनुवाद करते. दादांकडे गप्पा मारताना ओशोंचाही

विषय निघतो. ओशो म्हणजे वादग्रस्त व्यक्तिमत्त्व. त्यांची विचारधारा संपूर्णपणे निराळी. दादांचा मार्ग ध्यानधारणेचा असला, तरीही ओशोंचे श्रद्धेला धक्के देणारे विचार दादांसारख्या श्रद्धाळू माणसाला बहुधा रुचत नसावेत. म्हणजे तसा विरोध त्यांनी माझ्यासमोर कधी व्यक्त केला नाही. परंतु ओशो हा त्यांचा फार आस्थेचा विषय नाही, हे निश्चित. मी अनुवाद करायला लागले त्या वेळच्या माझ्या तरुण-प्रौढत्वाच्या सीमेवरची, माझी तावातावानं मांडलेली अंधश्रद्धेविरुद्धची मतं ते शांतपणे ऐकून घेऊन त्यांवर काही खोचक विनोदी बोलून माझ्या बोलण्यातली हवा काढून घेत असत. तसे दादा अध्यात्ममार्गातले असूनही कर्मकांडाच्या फार अधीन गेलेले दिसत नाहीत. या मार्गातला त्यांचा व्यासंग, ध्यानधारणा, गुरूंवरची विलक्षण श्रद्धा यांचा कधीच कुठे दिखावा दिसत नाही. काही वर्षांपूर्वी त्यांच्या नातवाच्या जिवावरच्या दुखण्यात केवळ या श्रद्धेमुळे त्यांना तारून नेलंय, असं मला वाटतं. त्यांचे कुटुंबीयसुद्धा त्या वेळी कधीही भावनेचं प्रदर्शन करताना दिसले नाहीत किंवा दैवाला, नशिबाला बोल लावताना दिसले नाहीत. अक्षरश: बऱ्याच परीक्षा पाहणारे ते दिवस होते.

यावरून माझ्या मनात एक गोष्ट मात्र प्रकर्षानं पक्की ठसली; ती म्हणजे प्रचंड श्रद्धावान आणि प्रचंड प्रॅक्टिकल अशा दोन्ही तऱ्हेच्या माणसांमध्ये संकटं झेलण्याचं बळ जास्त असतं. मधल्या मार्गावरची माणसं मात्र हे का ते करत जास्त दोलायमान होतात. संभ्रमात पडतात. मध्यंतरी काही काळ व्यस्ततेमुळे, काही अडचणींमुळे जाण्यायेण्यात खंड पडला होता. तरीही एकमेकांबद्दलची आस्था तशीच आहे. माझ्या वाचनाचं त्यांना कौतुक आहे. आपले विचार कळणारी, समजून घेणारी, हक्कानं आपली बाजू ज्यांच्यासमोर मांडावीशी वाटणारी अशी बुजुर्ग माणसं आपल्या नात्यात आसपास असावी, याला भाग्य लागतं. ते भाग्य आम्हा दोघांना लाभलंय. एकमेकांना जाणून घेण्यासाठी सतत सहवास लागतो, असं नाही.

दादांचे कुटुंबीयसुद्धा उत्तम गुणवत्ता असलेले तरीही खूप साधे आहेत. गोऱ्यापान, टपोरे डोळे असलेल्या शांत स्वभावाच्या अंजलीताई केळकरांच्या सर्व आध्यात्मिक वाटचालीत त्यांच्या खऱ्याखुऱ्या साथीदार आहेत. मुलगा-सून उच्चशिक्षित असूनही कायम जमिनीवर आहेत. मुलगी ज्योत्स्ना तर वयाची सगळी अंतरं तोडून मला मैत्रिणीसारखीच आहे. आमच्या दोघींची बोलण्यातली जुगलबंदी आणि सतत हसणं हा प्रत्येक भेटीतला अलिखित कायदाच आहे. अमेरिकेत दहा-बारा वर्ष काढून केवळ मुलांच्या शिक्षणासाठी, भारतीय संस्कारांसाठी ती आता पुण्यात स्थायिक झाली आहे.

बऱ्याच सहवासानंतर दादांच्या घराबद्दल मला काही गोष्टी आवर्जून सांगाव्याशा वाटतात. शांत, संस्कारी वातावरण असलेलं, जराही विसंवाद न दिसणारं, आधुनिक

परंतु सभ्यता बाळगून असलेलं एक छानसं कुटुंब म्हणून मी त्या कुटुंबाकडे पाहते. दादांची दिनचर्या तशी काटेकोरच असणार; पण कुणीही त्याला वैतागलेलं कधी दिसत नाही. दादा हे एक चांगले वाचक आहेत; चांगले लेखकही आहेत आणि उत्तम साधक आहेत.

अशी माणसं आमच्या सहवासात आहेत, हा एक चांगला योग! त्या बऱ्याच वर्षांपूर्वी घर शोधत आलेले माझे चुलतसासरे आम्हाला भेटले नसते, तर दादा केळकरांशी संबंध येणं, ओळख होणं दुरापास्त होतं. पण तो योग शुभयोग ठरला. लांबलांबचे नातेवाईक कुठले कोण म्हणत फारसं जवळ येऊ न देण्याची कोकणस्थी रीत, आम्ही कोकणस्थ असूनही कधीच पाळली नाही किंवा पाळतही नाही. तसे प्रत्यक्ष नातेवाईकच कमी असल्यानं प्रसंगी अखंडित 'मैत्र' जपावे, हा आम्हा दोघांचा मूलमंत्र आहे आणि तो आम्ही यथाशक्ती जपतोय.

◆

एक अलक्षित कलावंत दांपत्य
। श्री. व सौ. नावेलकर ।

खूप मोठमोठ्या दिग्गज कलाकारांबरोबर महत्त्वाच्या गद्य भूमिका करूनही ग्लॅमरच्या झगमगाटापासून दूर राहिलेल्या एका अभिनेत्रीविषयी, तसंच 'छोटा गंधर्वां'चे खास साथीदार म्हणून आपलं खणखणीत नाणं सिद्ध करणारे तबलावादक असे तिचे पती, या दांपत्याविषयी लिहायलाच पाहिजे, असं वाटतं.

लग्नाची बेडी, एकच प्याला, संशयकल्लोळ तसंच सौभद्र नाटकातून मुख्य गद्य भूमिका साकारणारी ही अभिनेत्री होती इंदू नावेलकर आणि तिचे पती होते तबलावादक केशव नावेलकर. राजा परांजपे, राजा गोसावी, शरद तळवळकर, नानासाहेब फाटक, सीमा, रमेश देव तसंच काशीनाथ घाणेकर या मोठ्या कलाकारांबरोबर तितक्याच ताकदीनं गद्य भूमिका करणाऱ्या इंदू नावेलकर यांच्या ठसठशीत भूमिका अनेकांनी पाहिल्या असतील. लग्नाच्या बेडीतली तोंडाळ गार्गी, एकच प्यालातली फटकळ गीता, आणि संशयकल्लोळमध्ये नवऱ्यावर सतत संशय घेणारी कृत्तिका या इंदुताईच्या हातखंडा भूमिका. लग्नाच्या बेडीत त्यांच्या बरोबर राजा परांजपे आणि

राजा गोसावी या दोघांनी अनेक प्रयोग केलेले आहेत. संशयकल्लोळमध्ये बऱ्याचदा दामुअण्णा मालवणकरांबरोबर इंदुताई कृत्तिका असायच्या. एकच प्यालामध्ये 'तळीराम' शरद तळवळकर, आणि 'गीता' इंदुताई असं समीकरण असायचं. मला आठवतंय, या सर्व नाटकांतून मोठमोठ्या गायक कलाकारांना जितक्या टाळ्या पडायच्या, तेवढ्याच टाळ्या इंदुताईंच्या 'बोलण्याला' पडत असत.

या सगळ्या खाष्ट भूमिकांपेक्षा एक अत्यंत वेगळी आणि सुरेख अशी भूमिका त्यांच्याकडे चालून आली आणि ती म्हणजे छोटा गंधर्वांबरोबर रुक्मिणीची भूमिका. योगायोगानं ही भूमिका त्यांच्याकडे आली आणि पुढच्या काळात काहीशे प्रयोग त्यांनी केले. अत्यंत रोखठोक स्वभाव, विलक्षण हजरजबाबी असं विनोदी बोलणं तसंच रंगभूमीवरून सांसरिक जीवनात आल्यानंतर अत्यंत साधी वागणूक अशी ही माझी सर्वांत मोठी बहीण ताई म्हणजे इंदू नावेलकर. एकंदरीत चाळीस वर्षं ती रंगभूमीवर वावरत होती. अलीकडच्या काळातलं तिचं नाटक होतं, मोहन जोशींबरोबरचं 'मृगया.'

काही चित्रपटांतूनही तिनं भूमिका केल्या. ती उत्तम गद्य अभिनेत्री होती आणि तिचे पतीही याच क्षेत्रात उत्तम तबलावादक होते, म्हणून हा लेखनप्रपंच मी करत नाहीये; तर ग्लॅमरच्या जगात राहूनही आपली स्वत:ची शिस्त बाळगणे, प्रसिद्धीसाठी कोणतेही निराळे उपद्व्याप न करणे आणि कोणत्याही मोहापायी संसार पणाला न लावणे या गोष्टी पाळल्यामुळे संसार किती नीटनेटका होऊ शकतो, हे आत्ताच्या पिढीला सांगावंसं वाटतं, म्हणून लिहावंसं वाटलं.

आत्तापेक्षा त्या काळात केवळ 'व्यसनापायी' अनेक मोठमोठे कलावंत कसे देशोधडीला लागले होते, हे आजपर्यंत आपण वाचत आलो आहोत. त्याच मोठमोठ्या कलावंतांच्या साथीला केशवराव नावेलकर असत. अगदी ब्रिटिश शिस्तीचा हा माणूस आपला विलक्षण दरारा ठेवून होता. हे मोठमोठे कलावंत प्रयोग झाल्यानंतरच्या पार्टीसाठी नावेलकरांना आग्रह करीत; पण नावेलकरांचा फटकळ स्वभाव आणि स्पष्ट नकार हा एखाद्या अभेद्य भिंतीसारखा असायचा.

ते स्वत: नाटकांची कॉन्ट्रॅक्ट्सही घ्यायचे. अशा वेळी काही मोठमोठ्या कलाकारांच्या लहरी, सवयी या त्रासदायक असत; पण नावेलकरांच्या शिस्तीपुढे आणि कडक स्वभावामुळे सगळं सुरळीत व्हायचं. माणूस स्वत: स्वच्छ आणि शिस्तीचा असला, तर तो समोरच्यापुढे कधीही वाकायला तयार नसतो. मग भलेही त्यात स्वतःचं नुकसान झालं, तरीही तो वाकत नसतो. नावेलकरांनी असं कर्तृत्व खूप वेळा गाजवलंय. छोटा गंधर्वांच्या सर्व नाटकांना, त्यांच्या ध्वनिमुद्रिकांना नावेलकरांचा सुमधुर तबला आहे. केवळ स्वाभिमानापायी आणि पुढेपुढे करण्याचा स्वभाव नसल्यामुळे कुणापुढेही लांगूलचालन कदापिही न करणारा हा माणूस अनेक

वेळ कदाचित 'एकाकी'ही पडला असेल, पण केवळ आणि केवळ याच गुणांपायी या बेभरवशाच्या क्षेत्रात ते आपल्या ताठ्यात वावरले, हे निखळ सत्य आहे.

हैदराबादचा एक दौरा सौभद्र, मानापमान या नाटकांचा होता. बुकिंगसकट सगळं झालेलं होतं. नावेलकरांनीच ते प्रयोग लावले होते. पण ऐन वेळी छोटा गंधर्वांची काहीतरी अडचण आली आणि दौरा रद्द करावा लागला. त्या क्षणापासून नावेलकरांनी 'छोटा गंधर्व'सारख्या महान कलाकाराची 'साथ' सोडली. आता हे चूक की बरोबर, याचा निवाडा आपण नाही करू शकत. छोटा गंधर्वांबिरोबर नावेलकरांनी 'साथ' सोडली, तरी त्यांचे घरगुती संबंध अत्यंत उत्तम चालू होते. कारण छोटा गंधर्वांच्या पत्नी सौ. इंदुताई या ताईच्या खास मैत्रीण होत्या. ताईजवळ मोकळ्या व्हायच्या. त्यासुद्धा एकुलत्या एक मुलाच्या जाण्यानं सैरभैर झाल्या होत्या. अशा वेळी ताई त्यांना खूप जवळची वाटायची.

'ताई' माझी सर्वांत मोठी बहीण. आमच्या घरात ताई आणि तिच्या खालची माझी बहीण कुन्दा जोशी (माई) या आमच्या सर्वार्थानं पालक होत्या. वडील सतत आजारी असायचे आणि आई तिच्या तऱ्हेनं अखंड कामात असायची. सर्वांत मोठ्या या दोघींनी आईचा संसार स्वत:च्या लग्नापर्यंत पूर्णपणे सांभाळला होता. आम्ही धाकटी भावडं या दोघींची मुलंच होतो. मला आठवतंय, 'ताईचा विवाह' हा आमच्या घरातला एक हळवा कोपरा होता. कारण तो आंतरजातीय विवाह होता. त्या काळात एका कोकणस्थ ब्राह्मण कुटुंबात हे घडणं म्हणजे धक्का होता. ताई अत्यंत मायाळू होती. खूप साधी होती. लहान वयात जबाबदारी अंगावर आली की, अनेक ओझी सांभाळायला लागतात. पैसा मिळवणं आणि माया करणं या कसरती या दोघीही करत होत्या.

पूर्वीच्या काळात बरीच भावंडं आणि परिस्थिती साधारण असायची, तेव्हा प्रत्येकाचाच जगण्याशी रोजचा लढा असायचा. शिवाय तेव्हा संस्कार, अब्रू, समाजातलं नाव, प्रतिष्ठा याचे पहारे जरा जास्तच प्रखर होते. अशा काळात स्वत:च्या 'मानानं' किंबहुना सन्मानानं राहणं किती अवघड असेल? शिवाय त्या काळात नाट्यक्षेत्रासारखा व्यवसाय आत्तासारखी प्रतिष्ठा मिळालेला नव्हता. मी विचार करते, तेव्हा अचंबा वाटतो. आई आणि या दोघी बहिणींनी किती अवघड वाटचाल केली असेल? आमच्या घरातले सगळे जण उत्तम वाचक, उत्तम रसिक, कष्ट करणारे, वेगवेगळ्या कला जपणारे असे होते. त्यामुळे उत्तरायुष्यात कुणाच्याच वाट्याला किरकिरं रिकामपण आलं नाही. केशवराव नावेलकरांचा आमच्या कुटुंबात प्रवेश झाला आणि चांगल्या पद्धतीनं धाक म्हणजे काय असतो, हे आम्हा धाकट्या भांवडांना कळायला लागलं. (माझी दोन्ही मोठी झालेली मुलंही आत्ता आत्तापर्यंत त्यांना घाबरत होती.) माझा मोठा भाऊ मॅट्रिकला मेरिटमध्ये आल्यानंतर नावेलकरांनी आधी जाऊन पेढे आणले होते.

ताई ही एक अभिनेत्री असली, तरी ती एक संपूर्ण गृहिणी आणि संपूर्ण आई होती; तसंच सर्वार्थानं साथ देणारी पत्नी अशा रूपात नावेलकरांच्या घरात ती अखंड वावरली. बराच काळ दौरे वगैरे असल्यानं ती मुलांच्यात जास्त गुंतलेली होती. त्यांचे अभ्यास, शाळा या बाबतीत दोघांनीही आपल्या 'व्यस्त' आयुष्यातून ज्या पद्धतीनं लक्ष पुरवलं, त्याला तोड नाही. त्यामुळेच तिचा मुलगा सध्या 'क्लोव्हर टेक्नॉलॉजी'चा डायरेक्टर म्हणून काम पाहतोय. पंधरा दिवस भारत आणि पंधरा दिवस अमेरिका असं त्याचं काम चालतं. मुलगी 'न्यू इंडिया ॲश्युरन्स'मध्ये उत्तम पोस्टवर काम करते.

ताई आणि नावेलकर उत्तम कलाकार आणि उत्तम माणूस म्हणून या क्षेत्रात वावरले. पण करिअरला, प्रसिद्धीला अवास्तव महत्त्व देऊन संसाराला बाजूला सारणं त्यांना कधीच पटलं नाही. साहाजिकच काय वाट्टेल त्या तडजोडी करून प्रसिद्धी मिळवणं त्यांना कधी जमलंच नाही. त्यामुळे 'सेलिब्रिटी' ही उपाधी त्यांना मिळाली नाही. नावेलकर तर अगदी ठरवून प्रसिद्धीपासून दूर राहिल्यामुळे मी या दोघांना 'दूरस्थ अलक्षित तारे' म्हणते.

नावेलकरांना अशोक चव्हाणांच्या हस्ते गोपीनाथ सावरकरांच्या कंपनीचा पुरस्कार मिळाला होता. ताईलासुद्धा रंगदेवता पुरस्कार मिळाला होता. केवळ ताईमुळे बरीच मोठमोठी नाटकं, मोठमोठे कलाकार अगदी जवळून पाहता आले. त्यांचा अभिनय पाहता आला. जयमाला शिलेदार, मीनाक्षी शिरोडकर, मधुवंती दांडेकर, कान्होपात्रा या प्रसिद्ध गायिकांचं गाणं ऐकता आलं. 'पडद्या'मागच्या काही गमती-जमती कळल्या. 'लग्नाची बेडी' नाटकात पद्मा चव्हाणांबरोबर काम करताना ताईला 'गार्गी'साठी टाळ्या मिळायच्या. 'खाष्ट' भूमिका करताना उगाचच भडक अभिनय, आक्रस्ताळी आव कधीही न आणता केवळ 'बोलण्या'वर तिनं या भूमिका गाजवल्या आणि टाळ्या मिळवल्या. या सर्व भूमिकांपेक्षा अगदी वेगळी भूमिका तिची 'रुखिमणी'ची होती. त्यातही 'प्रिये पहा' या पदाचा महत्त्वाचा प्रवेश चालू झाला की, काही विशिष्ट वेळी हमखास टाळ्या पडत असत. छोटा गंधर्वांचं 'प्रिये पहा' सुरू झालं की प्रेक्षकांमध्ये निश:ब्द शांतता पसरायची. शेवटचे सूर 'सुखदु:खा विसरुनिया, गेले जे सर्व लया...' याची आवर्तनं सुरू झाली की, प्रेक्षक कृष्ण-रुखिमणीमय होऊन जात. शेवटची तान घेत छोटा गंधर्व विंगेत जात, तेव्हा गाण्यानं ओलेचिंब झालेले प्रेक्षक टाळ्यांचा पाऊस पाडत. नावेलकरांच्या तबल्याला दाद मिळायची. अजूनही 'प्रिये पहा'ची ध्वनिमुद्रिका ऐकली आणि नावेलकरांची तबल्याची साथ ऐकली की, रंगभूमीवरचा तो देखणा प्रवेश आठवतो. आणि ताईची रुखिमणी आठवते. 'तुझे आहे तुजपाशी' नाटकात ती काम करत असे, तेव्हा काशिनाथ घाणेकरांचा श्याम पाहायला मिळायचा.

खूप भारलेले दिवस होते ते. संगीत नाटकांचा सुवर्णकाळ होता तो. संगीत

नाटकांप्रमाणे सदासतेज 'लग्नाची बेडी' हे सामाजिक भाष्य करणारं नाटकही ती करीत होती. त्यामुळे गडकऱ्यांच्या वैशिष्ट्यपूर्ण भाषेचा बाजही सांभाळवा लागत होता.

ज्या नाटकावर पुण्यात प्रचंड वादंग माजून अगदी गडकऱ्यांचा पुतळा हालवण्यापर्यंत मजल गेली होती, त्याच 'राजसंन्यास' नाटकात मास्टर दत्तारामांबरोबर तिनं तुळसाची भूमिका केलेली आठवते आहे. कुठल्याही प्रकारे संसाराचं मोल न देता तिचा हा नाट्यप्रवास कष्टानं चालू होता. त्या वेळी नाट्यक्षेत्रातलं कोणतंही खास प्रशिक्षण नसूनही ताईनं स्व-शिक्षणानं मोठमोठ्या कलाकारांबरोबर विलक्षण आत्मविश्वासानं भूमिका साकारल्या. तेव्हा एनएसडी वगैरे काहीच नव्हतं. घर मध्यमवर्गीय होतं आणि मुंबईसारखा पुण्याला तेवढा या माध्यमाचा राबता नव्हता. तरीही तिनं खणखणीत भूमिका साकारल्या.

नानासाहेब फाटकांसारखा बुलंद आवाजाचा अभिनयातला शिरोमणी म्हणता येईल असा अभिनेता, ज्या अभिनेत्याला डोळ्यांसमोर ठेवून वि. वा. शिरवाडकरांनी 'नटसम्राट' लिहिलं ते नानासाहेब 'एकच प्याला'त सुधाकर असताना, सुधाकरला उद्देशून तोंडाचा पट्टा चालवणाऱ्या गीतेची भूमिका ताई करायची. आत्ता या काळात, या परिपक्व वयात जाणीव होते की, एवढ्या मोठ्या नटासमोर बेधडकपणे गीतेचा संताप व्यक्त करताना तिला केवढं आत्मबळ निर्माण करावं लागत असेल! राजा परांजपे यांच्याबरोबर 'गार्गी' करताना त्यांच्या मोठेपणाच्या वलयाचं जराही दडपण तिला नसायचं. आणि छोटा गंधर्वांबरोबर रुख्मिणी करताना तीच सहजता असायची. त्या वयात तेवढी जाणीव होत नव्हती; परंतु आता या काळात माध्यमाचा आवाका, 'मोठ्या' अभिनेत्यांचं 'मोठं लखलखीत वलय', त्यांच्या लहरी हे सगळं ढळढळीतपणे ऐकायला येतं तेव्हा विचार येतो, तेव्हाही हे सगळं होतंच; त्यात या साध्या घरच्या स्त्रीनं आपला आब कसा काय राखला असेल? 'व्यसन' ही या क्षेत्राची अविभाज्य गोष्ट आहे. त्या वेळी तर ती होतीच. पण पैसाही त्या काळी आतासारखा धो-धो नव्हता. त्यामुळे कुटुंबाची वाट लागायला वेळ लागायचा नाही. नावेलकर मात्र यात पूर्णपणे अलिप्त असल्यानं, शिवाय स्वभावानं कडक असल्यानं कुणीही या बाबतीत तरी त्यांना 'आपल्यात' ओढलं नाही. भीमसेन जोशी यांच्या 'संतवाणीचे' बरेच कार्यक्रम करताना पंडितजीसुद्धा नावेलकरांचं कौतुक करायचे. रामदास कामत तसंच इतर मोठे गायक कलाकार यांच्याबरोबर चांगले मित्रत्वाचे संबंध राखून नावेलकर मानानं जगले.

ताई विलक्षण हजरजबाबी होती. ती तिची जन्मजात देणगी होती. नाट्यक्षेत्रात वावरल्यामुळे काही सांगतानासुद्धा संपूर्ण प्रसंग डोळ्यांसमोर उभा करण्याचं छान कौशल्य होतं. विनोदाचं चांगल्यापैकी अंग होतं. माणूस एखादा ग्लॅमरचा व्यवसाय स्वीकारतो, तेव्हा आपोआपच ग्लॅमर जगतातली सेलिब्रेशन्स, अत्याधुनिक पार्ट्या,

मोठमोठ्या लोकांकडील ऊठबस हे सारं गृहीत असतं. परंतु अत्यंत अभिमानाने सांगण्यासारखी या दोघांची गोष्ट म्हणजे यांतली एकही गोष्ट त्यांनी कधीच केली नाही. अर्थात त्यामुळे प्रसिद्धीही त्यांच्यापासून थोडी दूर राहिली.

पूर्ण बोलण्यावर आपलं व्यावसायिक आयुष्य उभं करणारी माझी ही मोठी बहीण ताई अखेरच्या दिवसांत 'वाचा' हरवून बसली, हे सर्वांत मोठं दुर्दैव. तेव्हापासून तिनं स्वतःला मिटून घेतलं. सगळ्यातून हळुवारपणे काढता पाय घेऊन एकटीच ती कुढत राहिली. जगाशी संपर्क तुटला होता. ती स्वत:शी बरंच बोलत असेल, असं वाटतं.

मुलांचं भलंमोठं यश तिनं पाहिलं. गुणवान मुलं ही तिची फार मोठी जमेची बाजू होती. एका नात्यातल्या अपयशातून मुलीनं मारलेली मोठी छानशी झेप तिला सुखावून गेली खरी, पण जखमेचा व्रण खपली धरायला तयार नव्हता. कारण आईच्या काळजाची गणितं निराळी असतात.

पण संसार सुंदर झाला. गुणी आणि हुशार मुलं, सांभाळून घेणारी सून, आणि संपूर्णपणे व्यवहारात राहून पैशाचं पाठबळ उभा करणारा नवरा या तिच्या आयुष्यातल्या जमेच्या बाजू. या झगमगाटी क्षेत्रात माणसाचा कचरा व्हायला वेळ लागत नाही. तिच्यासारख्या साध्याभोळ्या बाईच्या बाबतीत तर हे धोके निश्चित होते. पण केवळ नावेलकरांच्या निर्व्यसनी आणि चोखंदळ व्यवहारीपणानं हे धोके तिच्या आयुष्यात आले नाहीत.

दोघांचे अफाट कष्ट, स्वच्छ वागणूक आणि गुणवंत मुलं यांमुळे 'प्रतिष्ठित' आयुष्य काढता आलं, हे निश्चित. पुढच्या पिढीमधे सूनही उच्चशिक्षित असून मोठ्या सॉफ्टवेअर कंपनीत उच्चपदावर कार्यरत आहे. तिलाही उच्चशिक्षण घेण्यासाठी ताईचा प्रचंड आग्रह होता. नुसता आग्रहच नव्हता, तर दोन लहान नातींची जबाबदारी घेऊन तिनं सुनेला उच्चशिक्षण घ्यायला लावलं.

दोघंही आता हयात नाहीत. नावेलकरांच्या मृत्यूनंतर पुण्यातल्या 'भारत गायन समाजानं' त्यांच्या स्मृतिप्रीत्यर्थ मोठा कार्यक्रम केला. त्यांचा शिष्यवर्गही त्यात सहभागी होता. दोघांनी साधं जीवन पसंत केलं होतं. त्यामुळे 'जयजयकार' वाट्याला येणं शक्यच नव्हतं. प्रसिद्धीच्या झगझगाटापासून दूर राहूनच कटाक्षानं त्यांनी आयुष्य आखलं. मुलं कर्तबगार निघाली आणि शिवाय आईवडिलांची उत्तम देखभाल करणारी निघाली की, तो 'संसार यशस्वी' होतो. ताई त्या बाबतीत फारच नशीबवान म्हणायला पाहिजे. या क्षेत्रातला हा एक यशस्वी संसारच आहे! ते दूर अलक्षित होते, म्हणून केवळ त्यांच्यासाठी हा लेखनप्रपंच.

। माणसं ।

माणूस हा नेहमीच माझ्या कुतूहलाचा विषय ठरलेला आहे. संपूर्ण आयुष्यात आपण आपल्याभोवती असंख्य तऱ्हेची माणसं जमवतो, त्यांना नात्यात बांधून घेतो, मैत्रीत बांधून घेतो. काही वेळा काही गाठी घट्ट बसतात. त्यांची निरगाठ होते तर काही क्षणिक चमकून जातात आणि चिरकाल आठवणींमध्ये रुतून बसतात. या अशा माणसांवर लिहायलाच पाहिजे; नाहीतर हे पुस्तक अपुरं राहील, असं वाटतं.

आयुष्यातल्या एकेका टप्प्यावर स्नेहीसोबती जमा केले. शालेय जीवनात, कॉलेज जीवनात, प्रौढ वयात असे अनेक सखेसोबती मला लाभले. माझ्या धडपडीत यातल्या प्रत्येकानं काही ना काहीतरी भूमिका निभावली आणि माझी धडपड चांगल्या पद्धतीनं कारणी लागली.

आमचे जवळचे स्नेही चित्रा काळे आणि माधव काळे... तसंतर लांबचं नातं, पण मैत्र जमलं आणि आम्हा चौघांचे अनेक बाबतींत सहप्रवास घडले. मग तो एखाद्या प्रसंगातला प्रवास असो किंवा सुखदु:खातला प्रवास असो. चित्रा आणि

माधव काळे आमच्या अनेक महत्त्वाच्या प्रसंगांमध्ये आमचे चांगले साथीदार ठरले. गावोगावचे आमचे 'अत्रे नावाचं वादळ' आणि 'विश्ववामा'चे कार्यक्रम होताना अनेक वेळा त्यांच्या ओळखीमुळे आमची राहण्याची सोय झालेली आहे. त्यांचा मित्रपरिवार मोठा आहे. प्रत्येकाकडे आवर्जून जाणं-येणं आहे. प्रसंगी मदतीला येणं हा स्वभाव असल्यानं आम्ही अनेक वेळा निर्धास्तपणे कार्यक्रम केलेले आहेत. माझ्या प्रत्येक कार्यक्रमाचं, कलाकृतीचं मनापासून कौतुक त्या दोघांनी केलेलं आहे. एकदम कुणाकडे जाऊन रिलॅक्स होऊन पाय पसरणं हे माझ्या आणि दिलीपच्या स्वभावात नाही; परंतु 'काळ्यांचं घर' हे आमचं रिलॅक्सेशनचं ठिकाण आहे, हे निश्चित. हक्कानं भांडणं, रुसवेफुगवे हे सगळं काही आमच्या नात्यात होत असतं; पण मुळात मैत्रीचा पाया पक्का आहे. चित्रा आणि माधव काळे यांच्यापेक्षा आम्ही दोघंही लहान; पण ताई-दादाचं नातं न स्वीकारता आम्ही मैत्रीचंच नातं पक्कं केलं; त्यामुळे आम्हा चौघांचाच सहज वावर झाला. माझं त्यांच्यावर हक्कानं चिडणं, रुसणं आणि त्या दोघांनी शांत राहून मी पुन्हा 'जागे'वर येण्याची वाट पाहणं असं बरेच वेळा घडतं; पण मला वाटतं, मला ते हक्काचं ठिकाण वाटत असल्यानेच असं घडत असावं.

मी कलेच्या संदर्भातली कोणतीही गोष्ट केली की, पहिल्यांदा त्यांना दाखवणं (म्हणजे चित्रं, रांगोळी, लिखाण) हे ओघानंच येतं. आमच्या प्रत्येक गोष्टीचं मनापासून कौतुक करणं हा त्यांचा स्थायिभाव आहे. प्रचंड मोठाली हृदयाची ऑपरेशन्स होऊननही सतत धावपळ करणारे माधव काळे आणि त्यांच्या धावपळीमागे शांतपणे, त्यांना अनुसरत संसार करणारी चित्रा हे त्यांच्या कुटुंबाचं खरं चित्रं आहे. सहवासातल्या प्रत्येकाकडे वेळेला धावून जाणं, सगळ्या रितीभाती पाळणं आणि गाव गोळा करणं हे या दोघांचं रोजचं जगणं आहे.

आम्हाला नातेवाईक कमीच असल्याने आमचा एकटेपणा या दोघांनी बरेच वेळा कमी केला आहे. काही वेळा त्यांच्या धावपळीबद्दल, आम्ही त्यांच्यापेक्षा मोठे असल्यासारखे दिलीप अनेक वेळा त्यांना रागावतात, मी तर भांडतेच; पण ते दोघेही शांत राहून आमच्या चिडण्याची मजा घेतात आणि परत 'ये रे माझ्या मागल्या'!

काही 'मैत्र' शब्दांच्या पलीकडचं असतं. ते धागे शब्दांत पकडता येत नाहीत. त्याचं चित्रं आपण उभं करू शकत नाही. तसंच या दोघांच्या बाबतीत आहे.

आम्ही चौघांनीही खूप एकत्र प्रवास केला. अगदी युरोपपासून सगळीकडे एकत्र गेलो. कधीही कोणते हिशेब केले नाहीत. ...कुणी कुणाला किती दिलं-घेतलं हे मैत्रीमध्ये येतच नाही. आमच्याही मैत्रीत कधीच आलं नाही. ...अजूनही त्यांना काही गरज (तब्येतीची) पडली तर पहिला फोन दिलीपलाच असतो; इथंच हे मैत्र पूर्णाकार होतं.

किती माणसं आपल्याला काय काय देऊन जातात! कधीतरी एकटं बसलं

आणि स्वत:शी संवाद सुरू झाला की, अशी कितीतरी माणसं माझ्या आसपास वावरायला लागतात.

एखाद्या माणसात विशेष गुण दिसला की, आम्ही दोघं त्याकडे ओढले जातो. जरा जास्तच भारावून जातो, असंही म्हणायला हरकत नाही. तीस-पस्तीस वर्ष माझ्याकडे पोळ्या करणाऱ्या लताताई नावाच्या बाई होत्या. त्या बाई म्हणजे एक चमत्कार आहे. नवऱ्यानं तरुणपणी सोडून दिले. एक मुलगी पदरात. अशा वेळी या बाईनं ज्या स्वाभिमानाने अफाट कष्ट करून मुलीला वाढवली, तो प्रवास माझ्यासमोर घडलाय. त्या येण्याची नेमकी वेळ, शिस्त, हातातलं कौशल्य, प्रचंड मानी स्वभाव एवढ्या गुणांवर या बाईनं पुरणपोळ्यांपासून ते दिवाळीच्या फराळापर्यंत गणती न करता येणाऱ्या संख्येत दिवसदिवस काम केलेलं मी पाहिलंय. दिवाळीच्या दिवसांत एकेक दिवस कमीत कमी त्यांनी पंचवीस किलोपर्यंत पदार्थ केलेले आहेत. कितीही आजारपण असलं, तरीही त्यांनी कधीही सुट्टी घेतली नाही. उत्तम वाचन आणि मेडिटेशन हे गुण आणखी मला महत्त्वाचे. पहाटे चार वाजता उठून त्या ध्यानाला बसतात. रेडिओवर मी त्यांची मुलाखत आयोजित केली होती. ती ऐकून हिंजवडीहून तडक माझ्या घरी, एक सॉफ्टवेअरमध्ये काम करणारी तरुणी आली आणि तिनं त्यांची ओटी भरून सन्मान केला. मी त्यांच्यापासून काय घेतलं, तर पारदर्शकता!

माझ्याकडच्या धुणंभांडी करणाऱ्या आशाच्या आई... माझी मुलं त्यांना संत आशाच्या आई म्हणतात. इतकी सज्जन आणि समजूतदार बाई मी पाहिली नाही. प्रकृती अस्वास्थ्यामुळे त्यांनी बत्तीस वर्षांनी काम सोडलं, तेव्हापासून मी त्यांना पेन्शन सुरू केली.

एखादी व्यक्ती समाजातल्या कुठल्या स्तरातली आहे, हे मी कधीच पाहत नाही. त्यांच्या स्तरापेक्षा त्यांच्यातलं माणूसपण मला आणि दिलीपना जास्त महत्त्वाचं वाटतं.

समोरच्या माणसातलं निराळं कौशल्य मला नेहमीच आकर्षित करतं. अशा माणसांकडे आम्ही दोघंही खेचले जातो. माझा नवरा तर नुसताच खेचला जात नाही, तर त्या माणसाकडे तो जवळजवळ धावतच सुटतो. खूप वर्षांपूर्वी गणपतीच्या मिरवणुकीत खेडेगावातल्या एका पथकातल्या ढोल वाजवणाऱ्या माणसाचं ते अप्रतिम ढोलवादन पाहून दिलीपनं तिथल्या तिथं जाऊन त्याच्या कलेची बक्षिशी म्हणून खिशात होते तेवढे पैसे त्याला बहाल केले.

एकदा रिक्षातून आम्ही दोघंही प्रवास करत होतो. रिक्षावाला मुसलमान होता. बोलताबोलता गाण्यांवर विषय निघाला. दिलीप आणि मी दोघेही गाण्यांचे शौकीन. तेव्हा गप्पा सुरू झाल्या. तो मुसलमान रिक्षावाला जेव्हा भा. रा. तांबे, कवी ग्रेस, सुरेश भट यांच्यावर बोलायला लागला, तेव्हा आमची अवस्था म्हणजे... मनातलं

कारंजं थुईथुई नाचायलाच लागलं होतं. नंतर 'चल उड जारे पंछी' हे महंमद रफीसाहेबांचं गाणं त्यानं सुरेलपणानं गायला सुरुवात केली. तेव्हा दिलीपनी त्याला हार घालायचंच बाकी ठेवलं होतं. मध्ये एखादा फूलवाला असता तर कदाचित तोही सोहळा पार पडला असता.

आचार्य अत्रे म्हणतात तसं 'गुण दिसले की, धावलोच मी त्याच्यामागे'... अशी आमची एकंदरीत अवस्था आहे. दिलीपना तर आता या माणसांसाठी काय करू नि काय नको, असं होत असतं...

तर 'माणसांना' पाहणं हा आवडीचा विषय. सकाळी येणाऱ्या दूधवाला, पेपरवाल्यापासून ते कुठल्याही माणसातले गुणविशेष आम्हाला दिसतातच. 'सपक' आयुष्य जगणारी माणसं मला कधीच भिडत नाहीत.

एकदा दारावर पापड, मसाले विकणारी चाळिशीतली, चांगल्या घरातली ठसठशीत दिसणारी स्त्री आली. तिचं लाघवी हास्य खरोखरच निर्मळ होतं. सुरुवातीला माझा थोडा थंड प्रतिसाद होता. पण बोलताबोलता ती संपूर्ण अभिजात साहित्यावर बोलायला लागली अन् मी चमकले. नंतरच्या भेटीगाठी अगदी ठरवून झाल्या आणि आम्ही मैत्रिणी झालो. स्वतःच्या परिस्थितीविषयी ती हळूहळू मोकळी होत गेली आणि मी तिला प्रतिसाद देत गेले. 'पुस्तक' हा समान धागा आम्हाला जवळ आणत गेला आणि आम्ही एकमेकींना जोडत गेलो.

पद्मा नायर, आत्ताची पद्मा शशिधरन... ही माझ्या आयुष्यात येणं हा ईश्वरी संकेत होता बहुधा. ईश्वरेच्छा, योगायोग अशा गोष्टींवर विश्वास ठेवायचा की नाही, हा संभ्रम पद्माच्या बाबतीत पडलाच नाही. तो एक शंभर टक्के ईश्वरी संकेतच आहे. पद्मा आकाशवाणीत ॲडमिनमध्ये काम करत होती. आम्ही शिफ्ट्समध्ये असल्यानं फारशी भेटही व्हायची नाही. फक्त काही रजा वगैरेचं काम असलं तर ॲडमिनमध्ये जाणं व्हायचं. तिच्या आणि माझ्या दोघींच्या कायम स्टार्चच्या कॉटनच्या साड्या असल्यानं त्याबद्दल नेहमी बोलायचो. एवढाच संबंध... पण मी नोकरी सोडली आणि नोटीस पीरिअडमध्ये रजा काढून घरी बसले. मला त्या वेळी पैशाची गरज असूनही केवळ मुलांना सांभाळण्याची अडचण फार मोठी होती, त्यामुळे मी राजीनामा दिला होता. त्याच वेळी सेन्ट्रल गव्हर्नमेंटचा एक नवीन कायदा आला आणि त्याचा मला फायदा मिळणार होता. मी त्या बाबतीत संपूर्णपणे अनभिज्ञ होते. माझा नोटीस पीरिअडच चालू होता. त्यामुळे पद्मानं अक्षरशः कंबर कसून माझी त्या कायद्याप्रमाणेच केस मांडली आणि माझं काम केलं.

याला केवळ ऋणानुबंध असंच म्हणावं लागेल. अतिशय सामान्य परिस्थितीतून आलेली पद्मा केवळ बुद्धिमत्तेवर यश गाठू शकली. आजच्या घटकेला लग्नानंतर ती खूप श्रीमंत आहे; पण खरीखुरी ती मनानं श्रीमंत आहे. एवढ्या श्रीमंतीतही

अजूनही साधी राहते, अतिशय गोड बोलते. अतिशय प्रामाणिक वागणूक असलेली पद्मा माझ्या आयुष्यात खूप मोठं काम करून गेली. अशा माणसांबद्दल मी लिहिलं नाही, तर तो कृतघ्नपणा ठरेल. कोरेगाव पार्कमध्ये आलिशान फ्लॅटमध्ये ती सुखात संसार करतेय. नवरा कष्टाळू आहे. स्वत:ची फॅक्टरी आहे. एक मोठी मुलगी आहे.

तिनं माझ्यासाठी काही काम केलं म्हणून मी तिचं कौतुक केलं, असं नाहीये. पण ऑफिसमध्ये पाहतेय तेव्हापासून खूप कष्टाळू, बुद्धिमान आणि टापटिपीनं राहणारी पद्मा फार गोड स्त्री आहे. अनेकांना तिनं मदत केली आहे. अशी माणसं सहजपणे मला मिळत गेली. त्यांच्याकडून खूप काही शिकले, खूप काही चांगलं घेतलं.

दिसेल त्याच्या गळ्यात पडत मैत्रिणींची गर्दी जमा करणं हा माझा स्वभाव नाही; पण वैशिष्ट्यपूर्ण माणसं मला जवळ करावीशी वाटतात. साधारण बारा-तेरा वर्षं मी 'बोलू ऐसे' हा अँकरिंगचा क्लास घेत होते. शेकडो विद्यार्थिनी शिकून गेल्या. त्यातल्या काहींनी मनात घर केलं, संसारात अमाप कष्ट करताकरता स्वत:मधल्या 'वैशिष्ट्याला' खतपाणी घालून ते जोपासणाऱ्या अनेक स्त्रिया मी माझ्या क्लासमध्ये पाहिल्या. त्यातल्या अनेक जणी विद्यार्थिनीच्या नात्यातून मैत्रिणीच्या नात्यात माझ्याजवळ आल्या. काहींनी मला समृद्ध केलं. ३॥ ते ४ फूट उंची असलेल्या (पायामुळे) एका बँकेत काम करणाऱ्या स्त्रीनं तिच्या व्यंगावर मात करून नोकरी कशी मिळवली, हे सांगत असताना मी धन्य झाले होते. एक एस.टी. कंडक्टर क्लासला येत होते; त्यांच्या अत्यंत सुंदर कविता ऐकून चकित झाले. क्लासमुळे मला अगणित नावीन्यपूर्ण माणसांचं दर्शन झालं आणि माझी स्वत:कडे बघण्याची दृष्टीसुद्धा बदलली. कारण अत्यंत तळागाळातल्या माणसांकडेसुद्धा 'विशेष' असं बरंच काही असतं; पण परिस्थितीच्या प्रतिकूलतेमुळे ते प्रकट होत नाही, हे कळून चुकलं.

माणसातलं 'माणूसपण', त्याच्यातलं विशेषत्व शोधण्यासाठी जी विशिष्ट नजर लागते, ती मिळवावी लागते. आजूबाजूच्या विविध अनुभवांतून ती आपल्याला प्राप्त होते, असं मला वाटतं. क्लासला एक चाळिशीतली स्त्री येत होती. मूळ उत्तर प्रदेशातली ही स्त्री कोणत्याच वेळी काहीच बोलत नव्हती. तिला बोलतं करण्याचे मी बरेच प्रयत्न केले. शेवटचं अस्त्र म्हणून तिला सांगितलं, ''हे बघ, तू पैसे भरले आहेस, ते काय गप्प बसण्यासाठी का? मला हे असे पैसे घेणं बरं वाटत नाही.'' तेव्हा डोळ्यांत पाणी आणून ती म्हणाली, ''मॅडम, मला घरातही बोलायची सवय नाही. कारण नवऱ्यासकट सगळे जण मला सारखं म्हणतात, 'गप्प बस. बोलू नको, सासू म्हणते, तू यात बोलू नको.' मुलं म्हणतात, 'तुला यातलं कळत नाही. तू काही सांगू नको.' त्यामुळे बघा मॅडम, माझी बोलण्याची सवयच गेली आहे...!'' मी चकित झाले. अंतर्मुख झाले.

काही स्त्रियांच्या आयुष्यात असंही असतं तर...!

कुटुंबातल्या माणसांनी तिची बोलतीच बंद करून टाकली होती. पुढे तीन दिवस ती बऱ्यापैकी बोलायला लागली. शेवटच्या दिवशी तिनं सुरेख मनोगत व्यक्त केलं. म्हणाली, 'बोलावं कसं' याचासुद्धा क्लास असतो, याचं पहिल्यांदा नवल वाटलं होतं; पण मला इथं 'बोलायला' मिळालं आणि कळलं, 'बोलणं' किती महत्त्वाचं आहे ते! आत्तापर्यंतचं माझं लग्नानंतरचं आयुष्य न बोलता गेलं. लहानपणचं बोलणं लग्नानंतर मी विसरून गेले होते. स्वतःला मिटून घेतलं होतं. पण आता मी घरीसुद्धा बोलणार आहे. घरच्या माणसांची 'माझं' काही 'ऐकण्याची' सवय गेली आहे किंवा ऐकून घेण्याची सवय गेलीय. आता त्यांनाही सवय होईल. बघू या काय होतं ते...'' आम्ही सर्वांनी तिला चिअरअप केलं... बेस्ट लक दिलं. नंतर सहा महिन्यांनी तिचा फोन आला, ''मॅडम, आता खूपखूप मोकळं वाटतंय!'' एकंदरीत गुंता झालेला मोकळा झाला म्हणायचा...!

अशी असंख्य माणसं मला भेटत राहिली. काहीतरी देत राहिली. काहींनी माझ्यातल्या धडपडीला अशी पोचपावती दिली, काहींनी स्वतःचे दाहक अनुभव सांगून मला निराळाच धडा दिला... शेवटी अनुभवांती मी माणसं समजून घ्यायला चांगली सरावले.

तसं पाहता आयुष्य मोठंही असतं; पण अनुभवांना ते छोटंही पडतं. सतत 'माणसांमध्ये' राहणारे आपण रोज लाखो माणसं निरखत असतो. काहींशी व्यक्त होत असतो. मी तर घरातल्या मदतनीस बायकांशी, रंजनाशीही खूप गप्पा मारते. मी बोलत असल्यानं तीही मोकळी होऊन, सगळं सांगत बसते. काहींना ते आवडत नाही. 'त्यांना जागच्या जागी ठेवावं' या मताची माणसं मला वेड्यात काढतात; पण तरीही मी बोलत राहते. त्यांचं जीवनही कळतं; करता येईल तेवढी मदत करता येते. बोलता येणाऱ्या प्रत्येक माणसानं बोलत राहावं असं मला वाटतं; म्हणजे मन स्वच्छ राहतं. आत-बाहेर असे कप्पे असलेल्या माणसांशी माझं जमत नाही. कुठलाच धागा मला त्यांच्यापर्यंत नेऊ शकत नाही. उगाचंच फडतूस गोष्टीत लपवाछपवी करणाऱ्यांच्या वाटेला मी जात नाही, कारण आम्हा दोघांचाही तो प्रांत नाही; पण काही वेळा आम्ही फारच मोकळं बोलतो म्हणून कोणीतरी आमचे कानंही उपटतं. असो –

माणसं तितके नमुने; पण 'माणसांनी' मला खूप धडे दिले. काही धडे छान होते. काही धडे कायमचे लक्षात राहणारे होते. काही धड्यांमुळे बऱ्यापैकी शहाणपण आलं; कसं वागावं, कसं वागू नये - किती मोकळं व्हावं, किती आतल्या आत जपावं हे उमगत गेलं आणि मी माणसांची 'जपणूक' करत गेले.